நாய்கள் ஏன் குரைக்கின்றன?

அஹீசா

நான் கடந்து வந்த இச்சிறு வாழ்வில் என்னை சந்தித்து அன்பு பகிர்ந்து கொண்ட அனைவருக்கும் சமர்ப்பணம்.

பொருளடக்கம்

முகவுரை

சிற் சில சமயம் மனதுக்குள் தோன்றி மறையும் ஆழமான மாய பிம்பங்களுக்கு உணர்வை தவிற வேறு எந்த உருவத்தையும் கொடுக்க இயலாது. இப்படி சம்மந்தமற்ற பிம்பங்களுக்கு உணவாக நாமே நம் உணர்வுகளை கொடுக்க நேரிடும் போது வாழ்வு கொஞ்சும் கொஞ்சுமாக எதார்த்த பாதையிலிருந்து தடம் புரண்டு விடுகிறது. நம் மனதுக்குள் இருக்கும் தத்துவ கட்டமைப்பு எதார்த்தத்துடன் ஒன்றாமல் பெரும்பாலும் வலிகளையும் தோல்விகளையும் மட்டுமே பரிசாக தந்து வெறுமையில் சேர்த்து அகச்சிறையில் நம்மை தள்ளிவிடுகிறது. அப்படி நான் பார்த்த, கேட்ட மனிதர்களின் வாழ்வியல் சிக்கல்களும், நிகழ்வுகளும் எனக்குள் அது உண்டு பண்ணிய தாக்கங்களும், அதற்கு நான் கொடுத்த உருவங்களும் தான் வெவ்வேறு சிறு கதைகளாக மாறி இப்புத்தகத்தில் வாழ்ந்து கொண்டிருக்கிறது.

காலம், அர்த்தம், விஷயம் மற்றும் விளைவு. இவை நான்கும் ஒன்றோடு ஒன்று பிணைந்து நம் வாழ்வியல் துன்ப இன்பங்களை இயக்குகிறது. ஒரு மனிதனின் அக உலகத்தின் உரையாடல்களும் பயணங்களும் இதைச் சுற்றி வட்டமிட்டுக் கொண்டுள்ளதாலும் அதன்

பாதிப்புகளுக்கு நானும் ஒரு இரையான
காரணத்தினாலும் இதை ஓரளவிற்கு ஒத்துணர்ந்து
எழுத முயற்சித்திருக்கிறேன்.

இயற்கை, விதி, மனிதர்கள், கடவுள்கள், சுயம்
என்று பல பின்னல்களில் சிக்கித் தவிக்கும்
ஆன்மாவிற்கு சுதந்திரமடைய வழி இல்லாமல்
போனதால், ஒவ்வொரு பின்னலாக எடுத்து
ஆராய்ந்து அதன் வேர்களை கண்டறிய
தனிமையை நாடுகிறது. அப்படி
பின்னல்களிலிருந்து விடுதலை பெற்று அனைத்து
பின்னல்களுக்கும் வேர் ஒன்று தான் என்பதை
கண்டறிந்த பின்னர் வரும் ஆன்ம விடுதலைக்காக
பலர் முயற்சித்து வருகின்றனர். அதில் நானும்
ஒருவன். பயணங்களில் வரும் மாற்றங்களும், ஏற்ற
இறக்கங்களும், அவை தரும் பக்குவ
முதிர்ச்சிகளுக்கேற்ற பிரதிபலிப்பு தான் எழுத்தில்
விழும் என்பது என் நம்பிக்கை.

அக உலகை அளவிட்டு, அர்த்தமேற்றி
கொடுப்பதில் நான் படித்த வரை 'மௌனி'
என்னை மிகவும் பாதித்தவர். நான் படித்த அவரின்
முதல் வார்த்தையிலிருந்து இறுதி வார்த்தை வரை
என் பிரக்ஞை சுடரை வார்த்தைக் கொண்டு
இங்குமங்கும் அலையச் செய்தவர். எங்களுக்குள்
கால இடைவெளி அதிகம் இருந்தாலும். அவர்

விட்டுச் சென்ற எழுத்தின் மூலமாக என் மானசீக தோழனாய் இருந்து வருகிறார்.

இதுவரை எனக்கு தமிழ் கற்பித்த ஆசான்களுக்கும், தங்கள் மொழியின் மூலமாக என்னை புதுப்பித்த எழுத்தாளர்களுக்கும், என்னை முக்காலமும் வழி தவறாமலும் நெறி தவறாமலும் பார்த்து, வித்தை கற்பித்துக் கொடுக்கும் என் குரு சாம்பவிக்கும் நன்றிகளையும் வணக்கங்களையும் சிரம் தாழ்த்தி சமர்ப்பிக்கிறேன்.

அஹீஸா

20.05.2024

எண்ணெய் திரிக் காரி

ஏதேனும் ஒரு அசையும் பொருளையோ அசையாத பொருளையோ பார்த்துக்கொண்டே, மண்டைக்குள் ஓடும் எண்ண ஓட்டங்களை ஓட விட்டு உட்கார்ந்து கொண்டிருப்பது அவனுக்கு எளிதாக இருந்தது. இந்த பழக்கத்தின் தொடக்கம், நடு, விளைவு என அனைத்தையும் அசை போடலாம் என்றாலும். இது பயனற்றது, என்று ஒரே புள்ளியில் முடிப்பதே நன்றாகும் என முற்றுப்புள்ளி வைத்தான்.

அவன் தனித்து இருக்கிறான். உலக வாழ்க்கையின் சுக துக்கம் அனைத்தும் அவனுக்கு ஒன்று தான். செயல்கள் பல செய்ய திராணி இருந்தும் அசையாது இருந்தான். அவனை ஒருத்தி அழுக்கிக் கொண்டே இருந்தாள். பாரம். ஆம், ஒரு பாரமாய் அவன் தலையையும் தோள்களையும் அழுக்கிக்கொண்டே இருந்தாள்.

அவள் அணிந்திருந்த ஆடை அவ்வளவு அழுக்கானது. அழுக்கில் பல வகையுண்டு அவளது, கரி அழுக்கு. பல ஆயிரம் பேர் ஒர் எண்ணெய் விளக்கை திரித்து திரித்து ஏற்றி அதன் கரி அழுக்கை விரல்கள் தாள துடைத்து

வைத்த துணியை ஆடையாக அணிந்து அவள் முகத்திலும் கரிகள் படற இரு கால்களை அவன் தோள்களின் மேல் வைத்து, இரு கைகளை அவன் மண்டை உச்சியில் பதித்து, எப்படி அசைந்தாலும் கீழே விழாத வண்ணம் இருக்கமாக பிடித்திருந்தாள்.

அவள் யார். அவள் வீடு எங்கிருக்கிறது. அவளை பெற்றவர் எங்கே? அவள் என்ன உண்கிறாள்? எப்படி ஜீவித்திருக்கிறாள்? இப்படி ஆயிரம் கேள்வி தோன்றினாலும் அவளிடம் இருந்து எப்படி விடுபடுவது என்ற கேள்வி தோன்ற அவனுக்கு சற்று நேரம் எடுத்தது தான்.

பல போராட்டத்திற்கு பிறகு உறங்கிய அவனுக்கு கனவில் அப்பெண்ணின் சகோதரி வந்தாள்.

அவள் கையில் பல விளக்குகள் ஏந்தி சந்தன வாசனையுடன். சிவந்த புடவையும் பச்சைக் கைச்சட்டையும் அணிந்து அவன் முன் வந்தாள்.

எழுந்தான். இப்போது அவனுக்கு எண்ணெய் திரிக் காரியிடம் இருந்து விடுதலை தேவைப்பட்டது. கனவில் வந்த பெண் கூறியது ஒவ்வொரு வரியாக நினைவில் ஓடியது.

"விளக்கு என்பது ஒளி தரும் போது மட்டுமே உயிர்த்திருப்பதில்லை . அணைந்த விளக்கும் உயிர்திருத்து தான் உள்ளது, ஒரு மனிதன் தனக்கான வேலையை செய்யாதபோது உயிரற்றுப்போகிறானா? . சூழலும் விளைவும் அதற்கேற்றார் போல் மாறுவதை ஒன்றும் செய்ய இயலாது. நீ செயலற்று இருக்க இருக்க. அவளது எடை ஏறிக்கொண்டே போகும். நீ பூமிக்குள் சென்றாளும், உன் கல்லறை மீது அவள் அமர்ந்து கொண்டிருப்பாள். உன் ஜீவன் வெளியேறாமல் இருப்பதை ஊர்ஜிதம் செய்துகொண்டே இருப்பாள். மரணத்தை விட கொடிய நோயான விசனத்திலேயே நீ தவிப்பாய். எண்ணெய் வரண்ட ஒளியற்ற விளக்காய் உயிர்த்திருக்காதே".

பாரத்தை உணர்ந்தான். பாரம் அவனுக்கு தனியாக தெரிய ஆரம்பித்தது. அவன் உடலின் பாரம் வேறாய் அவளின் பாரம் வேறாய் பிரிய ஆரம்பித்தது. அவனை பாதித்தது சொற்கள இல்லை அவளாது குரலா என்று அவனால் உணரமுடியவில்லை.

மெல்ல அவனை சுற்றியுள்ள தூசிகளையும் குப்பைகளையும் அகற்றி, காற்றை சரி செய்தான். நன்கு குளித்தான். நெடுந்தூரம் நடந்தான். பல யுகங்களுக்கு பிறகு அவன்

கால்கள் பூமியில் அதிக நேரம் செலவழித்தன. ஒரு மலை உச்சியில் நின்றான்.

அந்த காற்றே அவனை தள்ளும் அளவிற்கு பாரம் இன்றி லேசாய் ஆனான். அவ்வப்போது கனவில் மட்டும் எண்ணெய் திரிக் காரி வந்து போய் கொண்டிருந்தாள்.

பிணப்பூச்சி

தழும்புகள் அற்ற அந்த மொட்டை மண்டையில் ஆங்காங்கே சாம்பல் நிற மயிர்கள். ஹோலி பண்டிகையில் யாரோ கலர் பூசி விளையாடியது போல உடலில் ஆங்காங்கே சராய்ப்புகளும் ரத்தக்கட்டுகளும். மண்டையிலும் முகத்திலும் ஒரே அளவில் மயிர்கள். கட்டம் போட்ட சட்டை, ஜட்டி. அவிழ்ந்தும் அவிழாமல் அவன் இடுப்பைப் பற்றியிருக்கும் வேட்டி. தற்போதைக்கு அவனுக்குள் எந்த எண்ணங்களும் இல்லை. ஒரு வெட்ட வெளி. முழுவதும் கருமை. எந்த உணர்ச்சியும் இல்லை. அவனை போலவே அருகில் மற்றொருவன். இவனுக்கும் அவனுக்கும் உள்ள ஒரே வித்தியாசம். இவனுக்கு சுவாசம் இருந்தது அவனுக்கு அதுவும் இல்லை. "அவன்" என்ற அந்தஸ்தை இழந்து "அது"வாக மாறிய அந்த பிணத்தின் கண்கள் அவனையே பார்த்துக்கொண்டிருந்தது. அந்த கண்களுக்குள் இருந்த இவனது பிரதிபலிப்பு மெல்ல அசையத் துவங்கியது.

மொட்டையன் விழித்தான். பெரும் களைப்பும், பயமும் மெல்ல அவனுக்குள் வியாபிக்கத் துவங்கியது. மேலே ஒரு பெரும் வட்டம். அவன் கிணற்றுக்குள் குதித்தது நினைவுக்கு வந்தது.

அருகே அவனையே பார்த்துக் கொண்டிருந்த அந்த பிணத்தைப் பார்த்துச் சட்டென துள்ளி எழுந்தான். சுற்றிப் பார்த்தால் நல்ல விசாலமான கிணறு. குறைந்தது ஒரு பத்து பிணங்கள் தாராளமாக இறந்து கிடக்கலாம் அளவில். ஆனால் தற்பொதைக்கு மொட்டையனும் பிணமும் மட்டுமே அங்கு இருந்தனர்.

சற்று தைரியத்தை வரவழைத்துக்கொண்டு நெருங்கினான். நடுவில் சற்று நீர்த் தேக்கம். தாண்டினால் கொஞ்சும் சகதி. சகதியின் முடிவில் சிறிது இரத்தக்கசிவு. பிணத்தின் மூக்கினில் இருந்து வளிந்து ஓடி, சகதியை முத்தமிட்டுக்கொண்டிருந்தது. நெருங்கி பார்த்தான். காதிலும் சிறு இரத்தக் கசிவு. ஒரு கை வளைந்து அவன் உடலுக்கு அடியில் இருந்தது. சற்று காலால் பிணத்தைச் சுழற்றினான். நேராக படுத்தது.

"இந்த பிணத்தை எனக்கு தெரியுமா?" யோசித்தான்.

"எங்கேயோ பார்த்தது போல் தான் உள்ளது" "ஆம்" "என்னை துரத்தி வந்த ஐவரில் ஒருவன் தான் இவன். நான் ஓடி வந்தேன் இதில் தவறி விழுந்தேன். இவன் இங்கு இருக்கிறான். அப்போது மற்றவர்கள் எங்கே?

மீண்டும் சுற்றிப் பார்த்தான்.

இந்த கிணற்றில் படியும் இல்லை. ஏறிச்
செல்லவும் சுவரு அனுமதிக்கவில்லை.
அப்போது என்னை தூக்கிச்செல்ல உதவி
அழைத்து வரச் சென்றிருப்பார்களோ. இவனது
பிணத்தையாவது எடுக்க வரவேண்டும். இப்போது
அவர்கள் வருவதற்குள் எப்படி தப்பிப்பது?"

மேலே இருந்து ஒரு சாத்துக்குடிப் பழம் சேற்றில்
விழுந்தது. அருகருகே இருந்த காய்ந்த
சாத்துக்குடிகள் அவன் கண்ணுக்குப் பட்டது.
அருகே ஏதோ மரம் இருக்கிறது "எப்போதாவது
தெரியாமல் அது இந்த கிணற்றில் விழுகிறது
போலும்". அதை பார்த்ததும் அவன் உடலில்
தாகமும் பசியும் இருந்ததை உணர, அதை
எடுத்து அந்த தண்ணீரில் கழுவி அதை கிழித்து
உண்ண ஆரம்பிதான்.

அந்த பிணம் தன்னை தானே ஜீரணிக்கத்
துவங்கியது.

வெளிச்சம் மறைய மறைய வினோத சப்தங்கள்
கிணற்றுக்கு வெளியே இருந்து வரத்
துவங்கியது. அது மொட்டையனின்
மண்டைக்குள்ளேயே இருந்து வருவது போல
அவன் உறக்கமின்றி தவித்தான். சில நேரம்
சுயநினைவின்றியும். சில நேரம் சுயநினைவோடு

இருட்டில் கண்களை துளாவ விட்டுக்கொண்டும்.
கனவின் வெளிச்சத்தை நிகழ் கால இருளில்
படற விட்டும் கொண்டிருந்தான்.

இங்கே இருந்து எப்படியாவது வெளியேற
வேண்டும் என்று அவன் மூளை அவன்
தப்பிப்பதைப் போல பல பிம்பங்களை
அவனுக்குள் ஏற்படுத்தியது. அனைத்தும்
கற்பனையே தவிற யார் மனதையும்
புண்படுத்துவதற்கு அல்ல என்பதை போல்
ஒன்றும் பயனில்லை.

உதாரணத்திற்கு, ஒரு பிம்பத்தில், தூரத்தில்
ஏதோ சத்தம் கேட்டு. அவன் கையிலிருக்கும்
சாத்துக்குடியை வெளியே வீசி எறிகிறான். அது
ஒரு பெண்ணின் கன்னத்தை முத்தமிட்டு கீழே
விழ, தலையின் மேல் மோர் பானையை சுமந்து
வரும் அந்த பெண் கிணற்றுக்கு அருகில் வந்து
கயிர் ஏதும் இல்லாமல் அவள் சேலையை
கயிறாக வீசி இவனை காப்பாற்றுகிறாள். இவன்
மேலே வந்தவுடன் அவள் பானையில் இருந்த
மோரை அவனுக்கு கொடுத்து அதை அவன்
குடிப்பதை பார்த்து வெக்கப்படுகிறாள். பின்பு
மொட்டையன் அவளையே கல்யாணம்
செய்துகொண்டு. தன் பேத்தியிடமும்
பேரனிடமும் இந்த கதையை சொல்கிறான்.

ஆனால் அத்துவான காட்டில் இருக்கும் ஒரு கிணற்றுக்கு மோர் விற்பவள் ஏன் வரப் போகிறாள். குறி பார்த்து அடிக்கும் அளவிற்கு இவன் வேடனும் இல்லை. பார்த்த உடனே பெண்களை பிரசவிக்க செய்யும் அளவு இவன் வீரியமானவனும் இல்லை. இது புரிந்து கண், விழித்தபோது காதருகே 'ஈ'யின் சத்தம் துளை போட துவங்கியது. எழுந்து அந்த பிணத்தை பார்த்தால், அந்த பிணத்தின் சகல துவாரங்களிலும் ஈக்கள் மோய்த்துக்கொண்டிருந்தன. நாற்றம் அவன் மூக்கு வழியே மூளையை அடைந்தது.

மீண்டும் தப்பிக்க வழி தேடி கண்களை மேலேயும் கீழேயும் சுழற்றினான். ஒன்றும் வழியில்லை. வெள்ளையர்கள் காலத்தில் இந்த இடமானது காவலர்களுக்கு ஒரு பயிற்சி கூடமாக இருந்ததாக அவன் கேள்வி பட்டிருக்கிறான். இந்த கிணறு அருகே ஒரு சரிந்த கட்டிடமும் இருக்கிறது. அதில் கொஞ்ச நேரம் மறைந்து கொள்ளலாமா என்று பார்த்துக்கொண்டே ஓடி வந்தவன், கிணற்றை பார்க்காமல் உள்ளே விழுந்தான்.

பிணத்தின் நாற்றத்தை வேறு வழி இன்றி ஏற்றுக் கொண்டான்.

இன்னும் எந்த சாத்துக்குடியும் உருண்டு விழவில்லை நேற்றாவது கொஞ்சும் காற்றடித்ததால் விழுந்தது. இன்று அத்தனை மரங்களும் தவக்கோலம் ஏற்று சாந்தமாக இருந்தது. மொட்டையனுக்கு வயிற்று வலி எடுத்தது.சற்று சாய்ந்து அமர்ந்து கொண்டான். மூச்சு முட்டியது. அந்த பிணம் எழுந்து வந்து அவனையும் விழுங்கிவிடக்கூடாதா என்று எண்ணினான்.

ஈக்கள் அந்த பிணத்தின் மீது முட்டைகளை இட்டுச் சென்றது. மொட்டையன் தாகமுற்றான். பிணத்தின் இரத்தம் கலந்த தண்ணீரை முதலில் பிரிக்க வேண்டும் என்று எண்ணி, அருகில் உள்ள பெரிய கல்லை எடுத்து பூமியை தோண்டினான், அதில் மண்ணை அள்ளி அந்த சிறு தேக்கத்தை இரண்டாக பிரித்தான். நல்ல பாகம், கெட்டுப் போன பாகம். நல்ல பாகத்தின் ஓரத்தில் இருக்கும் நீரில் மட்டும் சற்று நாக்கை நினைத்துவிட்டு. அயர்ந்துப் படுத்தான்.

வெயில், அவன் உடல் துவாரங்களின் வழியே அவன் பருகிய நீரை உறிந்துக் கொண்டிருந்தது. அவன் உதடுகளில் இருந்த உப்பை நக்கிய வண்ணமே மயக்கத்தில் கிடந்தான். அவன் வயிறே "எதாவது கொடு...கொடு" என்று அவனை குத்திக்கொண்டிருக்க. நீண்ட இரவு

முடிவுக்கு வருகையில். மேலே இருந்து ஒரு குரல்.

"இன்னும் சாவல டா இவன்"

"தாயோளி கயிரை போடுங்க டா" ஒருவன் இறங்கி வர. மொட்டையன் விழித்தான். அருகில் கிடந்த கல்லை எடுத்து, ஓங்கி அவன் மண்டையில் எறிய தொப்பென கீழே விழுந்தான்.

"டேய்!!!" என மேலே இருப்பவன் சற்று திரும்பிச்செல்ல…அவன் வருவதற்குள், அதே கல்லை எடுத்து, கீழே விழுந்தவனின் தலையில் பொத்து பொத்தென அடித்து வெறி தீர்த்துக்கொண்டிருக்க. மேலே இருப்பவன் நாட்டு துப்பாக்கியை நீட்டிச் சுட. குண்டு தலையில் பட்டு தெரித்து புதிய பிணத்தின் மீது மொட்டையன் விழுந்தான். அவன் என்ற அந்தஸ்தை இழந்தான்.

மேலே இருப்பவன் இன்னும் ஆட்களை திரட்டி மற்ற இரண்டு பிணங்களை அள்ளிச் சென்றான். சில புழுக்கள் பழைய பிணத்தோடு கிணற்றிலிருந்து தப்பித்தது. சிலவை தரையில் தவழ்ந்து மொட்டையனின் பிணத்தை அடைந்தது. பல துளைகளிட்டு வாயுக்களை வெளியேற்றி. உள்ளேயும் வெளியேவும் உண்டு அந்த புழுக்கள் பூச்சிகளாய் மாறி கிணற்றை

விட்டு பறந்து சென்றது. மற்றொரு கரடியின் சடலம் அவன் ஓடி வந்த பாதையில் நாற்றமற்று சதைகளற்று காய்ந்து இருந்ததை இந்த பூச்சிகள் ஏமாற்றத்துடன் கடந்தது மற்றொரு பிணத்தை தேடி.

Make Art. Not Love.

பிலிப்பைன்ஸ் அரசாங்கத்திற்கும் இந்திய அரசாங்கத்திற்கும் இடையே பல வர்த்தக பரிமாற்றங்கள் இருப்பினும். அங்குள்ள பெண்களுக்கும் இங்குள்ள ஆண்களுக்குமிடையே பல காதல் பரிமாற்றங்கள் இருந்துவந்தன என்பது எனக்கு தெரியவரும் பொழுது. "அது" நடந்து முடிந்து நான்கு வருடங்கள் கடந்திருந்தன.

கடற்கரையில் நின்று பாதங்களில் தண்ணீர் படாமல் விளையாடும் போது ஒவ்வொரு அலையும் எப்படி வரும். நாம் எப்படி நகர வேண்டும். கால் எங்கு மற்றும் எவ்வளவு புதையப்போகிறது போன்ற கணிதங்களும் சுவாரசியங்களும் மட்டும் கொண்டதல்ல காதல். ஒரு மனிதனுக்கு "ஒரே ஒரு" காதல் மட்டுமே என்று இருந்துவிட்டால் அஞ்சுவதற்கு எதுவும் இல்லை. அலைகள் போல காதலும் வருவதும் போவதுமாக இருந்துகொண்டே இருந்தால். சுவாரசியத்தை தாண்டி மனதில் பல கரைகளை விட்டுச்செல்லும்.

அந்த கரையின் காரணத்தாலோ என்னவோ. அன்று என் கைபேசியில் குறித்து வைத்து

கொண்ட அவளின் ஐடியை பார்த்துக்கொண்டு இருந்தேன். எப்படியும் வேலை ஏதும் இல்லை. கொரோனாவும் உடலை தாக்கியபாடில்லை. கொடுப்போம் என்று அந்த பொத்தானை தட்டினேன். ஐந்து நிமிடங்கள் கூட கழியவில்லை. என் விண்ணப்பம் ஏற்றுக்கொள்ளப்பட்டு எனக்கும் பதில் விண்ணப்பம் வந்தது.

"What took you this long" என்று ஒரு மெஸேஜ்.
" Hi" என்று அனுப்பி என்ன சாக்கு சொல்வதென்று யோசித்து.
" It took some time to recollect your id" என்றேன்.
"So you didn't save my id when I gave" என்றாள்
"No, the window got closed"
"Ok" என்றாள்
என்ன கேட்பதென்று தெரியாமல்
" What you doin?" என்றேன்.

அவ்வளவு தான். ஏதும் பதில் வரவில்லை. கோவத்தை இவ்வாறு காட்டுகிறாளோ என்று நினைத்து விட்டு நானும் வெளியே சென்றேன்.

வாகனத்தை உசுப்பி சாலையில் விட்டேன்.
அனைவரின் முகத்திலும் ஏதோ ஓர் சலிப்பு
ஏதோ ஓர் தேடல் மற்றும் மெல்லிய பதற்றம்.
எனக்கு வெயிலை தவிற எதுவும்
உறைக்கவில்லை. வெயிலும் சற்று நேரத்தில்
சுகமாய் ஆனது. மணி 12 ஆகிவிட்டது
காலையிலிருந்து ஏதும் உண்ணவில்லை.
பசியும் மறுத்துப்போய் உடல் நம்பிக்கை
இழந்துவிட்டது. ஹோட்டல்களும் இல்லை. சரி
ஏதேனும் வாங்கித்தான் சமைக்க வேண்டும்
என்று கடைக்குள் சென்றேன். காய்கறி
கூடத்தில் எதை எடுத்து என்ன சமைப்பது
என்று ஒன்றும் புரியவில்லை. ஆர்வமும் இல்லை.
தற்போதைக்கு ஏதேனும் வேண்டும் என்று.
முக்கிய காய்கறிகள் பட்டியலில் இருக்கும்
அனைத்தையும் கால் கிலோ
வாங்கிக்கொண்டு நொறுக்குத்
தீனிகள்,எளிதில் செய்யக்கூடிய பேக்கேட்
உணவுகள் அனைத்தையும் வாங்கி.
மூடிய கரும்பு ஜூஸ் கடையை
ஏமாற்றத்துடன் பார்த்துவிட்டு வண்டியை
உசுப்பினேன்.

"தம்பி" என்று ஒரு குரல். திரும்பிப்
பார்த்தால், வழுக்கைத் தலையுடன் பாவமான
முக பாவத்தோடு, கையில் தாம்பூலப்

பையுடன்(பைக்குள் இருப்பது
தெரியவில்லை). கட்டம் போட்ட சட்டையும்,
காட்டன் பேண்ட்டும் அணிந்து ஒரு ஐம்பது
வயதை நெருங்கியுள்ள தோற்றம் கொண்ட
மனிதன் நின்றுக்கொண்டிருந்தார்.

"என்ன அந்த மெயின் ரோட்ல மட்டும்
இறக்கி விட முடியுமா" என்று கேட்டார்.

நானோ ஒரு சம்பவத்திற்கு பிறகு யாரையும்
வண்டியில் ஏற்றுவதில்லை. அதற்கு முன்
லிப்ட் வழங்குவதை ஒரு நன்றிகடனாய் கருதி
வந்தேன். காரணம், நான் பாதி பள்ளி
வாழ்க்கையில் லிப்டு கேட்டுதான் கழித்தேன்.
ஆனால் ஒரு நாள் நான் ஏற்றிய இரு
சிறுவர்கள் என் பையை துறந்து
பார்க்கத்துவங்கினர். நான் கண்ணாடி
வழியே பார்த்துக்கொண்டதை ஒருவன்
பார்த்ததும் "சூ...சூ" என்று
இன்னொருவனை தடுக்க. நான் வண்டியை
நிறுத்தி அவர்களை அங்கேயே இறக்கிவிட்டு.
திறந்திருந்த பையையும் மூடிவிட்டு இனி
எவனையும் ஏற்றக்கூடாது என்று
நினைத்துக்கொண்டேன்.

ஆனால் இது என்னமோ கொரோனா காலத்தில் நம்மால் முடிந்த உதவி என்று அவரை வண்டியில் ஏற்றிச் சென்றேன்.

"நீங்க எங்க போறீங்க தம்பி" என்றார்.

"நான் மெயின் ரோட் தாண்டி தான் போறேன்" என்றேன்

"எதற்கு இவருக்கு வீட்டு விலாசத்தை கொடுப்பானேன்" என்று இருந்தது.
"அப்பா, அம்மாலாம் நல்லா இருக்காங்களா... எல்லாம் சவுரியமா இருக்கா உங்களுக்கு" என்றார்.

"எல்லாம் சுமாரா போதுங்க... உங்களுக்கு எப்படி" என்றேன்

"ரொம்ப கஷ்டமா இருக்கு தம்பி, ஒரு பக்கம் உடம்பு முடியலை இன்னொரு பக்கம் வேலையும் போயிடுச்சு... எப்படி காலத்தை ஓட்டப்போறேன்னு நினைச்சாலே பயமா இருக்கு"

"கவலை படாதீங்க... எல்லாம் சரி ஆயிடும்" என்று நான் கூற, மெயின் ரோடு வந்துவிட்டது.

இறங்கினார். "எனக்கு இன்னோரு உதவி செய்ய முடியுமா?"

"என்னதுங்க" என்றேன்

பைக்குள் கையை விட்டு ஒரு சீட்டை எடுத்தார். மருந்துச் சீட்டு.

"இதுல என்கிட்ட இந்த மாத்திரைலாம் இருக்குங்க... இந்த மூணு தூங்குறதுக்கு முன்னாடி போடறது. அது மட்டும் வேணும்... வாங்க காசு இல்ல... 247 ரூபாய் மட்டும் தாங்க தேவை"

"ஐயையோ நானே போன்ல தாங்க காசு கட்டுவேன்" என்றேன்.
"பரவாயில்லை...இருக்குறதை கொடுங்க தம்பி" என்று கூற.
பர்ஸை எடுத்தால் உள்ளே ஒரு 200 ரூபாய் நோட்டும் சில்லரைகளும் இருந்தது. அவன் வாடிய முகத்தை பார்த்து அனைத்தையும் எடுத்து கொடுத்து விட்டு, காலி பர்ஸை பைக்குள் போட்டுக் கொண்டேன்.

"இது பத்தாது தான்... சரி தம்பி நான் வேற யார்கிட்டையாவது பாக்கி வாங்க முடியுமானு பாக்குறேன்" என்றான்.

இவனுக்கு ஏன் கர்ணனாக மாறினோம் என்று இருந்தது. சரி எப்படியோ போகட்டும் என்று வண்டியை உசுப்பிக்கொண்டு சென்றேன். அருகில் இருந்தது ஒரே ஒரு மருந்துக்கடை தான். எதற்கும் பார்ப்போம் என்று உடனே திருப்பினேன். அது காலியாக இருந்தது. அவனும் அந்தப் பக்கம் இல்லை. சுபம் என்று நினைத்துக் கொண்டு. வீட்டிற்குள் நுழைந்து பையை ஓரமாக வைத்துவிட்டு, கைப்பேசியை திறந்தேன்.

 "Just writing stories" என்று அவளிடம் இருந்து மெஸேஜ் வந்திருந்தது.
"Do you write" என்றேன். உடனடியாக "of course...I love it" என்று கூறினாள். "இது என்ன டா ஆண்டவன் போட்ற முடிச்சா?" என்று நினைத்துக்கொண்டு.

"I also write" என்றேன்.
" That's really cool...what kind of genre" என்றாள்
"Just whatever comes to my mind, sometimes dark, sometimes reality, sometimes surreal stuffs...just...what's yours?" என்றேன்.

" I mostly write, love and romantic stories…
there's an app called watt pad and there are
many readers for it" என்றாள்.

இது நான் நன்கு அறிந்ததோர் app தான். என்
தோழி ஒருத்தி இதை தொடர்ந்து படிப்பதாக
கூறியிருக்கிறாள். பெண் வாசகர்கள் சற்று
அதிகம் இருக்கும் போல.

" Send me your story" என்றேன்.
"Do you read filipino?" என்றாள்.
"No" என்றேன்.
"Then we can do one thing"

என்னவாக இருக்கும் என்று திரையையே
பார்த்துக்கொண்டிருந்தேன். வாங்கிய
காய்கறிகளும் பால், தயிர், குளிர்பானங்களும்
ஃப்ரிட்ஜுக்குள் செல்ல வேண்டுமென வேர்வை
சிந்திக்கொண்டிருந்தது.

"We both can write a story" என்றாள்.
"In English?" என்றேன்.
"Yes" என்றாள்
"Which genre?" என்றேன்.

"Obviously…love" என்றாள்

"Let's begin" என்றேன்.

"Give me few minutes" என்றாள்

"Ok" என்றேன்.

கைப்பேசியை கீழே வைத்துவிட்டு வாங்கிவந்த சாமான்கள் அனைத்தையும் அடுக்கிவிட்டு, எதை பற்றி கதை எழுதுவது என்று மனதுக்குள் பல ஆயிரம் கற்பனைகள். உள்ளுக்குள் சோறு குழம்பு என்று சாப்பிட தோன்றினாலும். சோம்பேறித்தனத்தாலும் அதை மிஞ்சிய பசியின் காரணத்தினாலும் நூடுல்சை கிண்டி சாப்பிட்டு படுத்தேன். ஏதோ பல மைல்கள் ஓடி களைத்ததை போல் மூச்சு வாங்கிக்கொண்டிருந்தது. இருதய குழாய்கள் தலை பகுதிக்கு இரத்தத்தை கக்கித்தள்ளியது காதுக்கு கேட்டது. உறக்கமும் வரவில்லை. லிப்ட் கொடுத்தவன் மனதுக்குள் வந்தான். பின் காலி பர்ஸ் இறக்கை இல்லாமலேயே அவனைச் சுற்றிப் பறந்தது. காலி வீடு. காலி பர்ஸ். வெறுமை. கைப்பேசியை எடுக்க மனமில்லை. விட்டத்தை பார்த்துக்கொண்டே கண்களை மூடினேன். வண்டி ஓட்டிக்கொண்டிருந்தேன். வழிப்போக்கன் வந்தான். எல்லாப் பணத்தையும் எடுத்துக்கொடுத்தேன், காலி பர்ஸ். வழிப்போக்கனின் முகம். மருந்துச் சீட்டு. வண்டி ஓட்டிக்கொண்டிருந்தேன். வெயில். மூச்சு

அமைதியுற்றது. இருதயம் பழைய தொனிக்குச் சென்றது. கைப்பேசி ஒலித்தது. பெருமூச்செறிந்து விட்டு. அதை எடுத்து பார்த்தேன்.

"Shall we start?" என்று கேட்டிருந்தாள்.

"Yes" என்றேன்.
"You first" என்றாள்.

" மாலை இரவாக மாறிக்கொண்டிருந்த அந்த சமயம். ஒரு மலை உச்சியில் இருக்கும் கண்ணாடி சுவர் கொண்ட வீட்டில். ஒருவன் தரையை மொழுகிக் கொண்டிருக்கிறான்" என்றேன்.

"அவனது கற்பம் தரித்த மனைவி, அறைக்குள்ளிருந்து ஐஸ்க்ரீம் கேட்கிறாள்" என்றாள்.

"இந்த நேரத்தில் கூடாது என்று அவன் கூறிவிட்டு மீண்டும் சுத்தம் செய்ய தொடங்கினான்" என்றேன்

"அவள் அறைக்குள்ளிருந்து வெளியே வந்து. "இப்போது நீ சென்று வாங்குகிறாயா அல்லது நான் செல்லவா என்று கேட்கிறாள்" என்றாள்

"நீயே செல் என்று கூறினான்' என்றேன்.

"சரி...திரும்பி வரப்போவதில்லை என்று கூறிவிட்டு கிளம்ப ஆரம்பித்தாள்" என்றாள்

" சரி...இரு நானே செல்கிறேன் என்று கூறிவிட்டு பர்ஸை எடுத்து வெளியேச் சென்றான்" என்றேன்

"அவன் சென்ற பிறகு...அவள் மெல்ல அவள் அறைக்குச் சென்று அலமாரியைத் திறந்தாள். அவள் கைக்குள் அடங்காத அளவில் இருக்கும் ஒரு பெரிய டப்பாவை எடுத்து பிரித்தாள். அதில் பல மெழுகுவர்த்திகள் இருந்தது. அதை ஒவ்வொன்றாக வீடு முழுவதும் ஏற்றி வைக்க ஆரம்பித்தாள்" என்றாள்

"அவன் மலையை விட்டு இறங்கி, வீதியின் வெளிச்சத்தைத் தேடி இருளில் நடந்துக்கொண்டிருந்தான்...தூரத்தில் ஏதோ மிருகத்தின் சத்தம்...கரடியாக இருக்கும் என்று எண்ணி...நடையை வேகமாக்கினான்...வீதியின் வெளிச்சம் தெரிந்தது" என்றேன்.

காலிங்பெல் சத்தம் அடித்தது. அவள் டைப் செய்து கொண்டிருந்தாள், நான் கைப்பேசியை அணைத்து கீழே வைத்துவிட்டு. கதவைத் திறந்து யாரென பார்த்தேன். சிறுவர்களின் சிரிப்பு சத்தம் படிக்குக் கீழே கேட்டது. சரி என்று மீண்டும் சாத்திவிட்டு கைப்பேசியை திறந்தேன்.

"What do you like to eat?" என்று கதைக்கு வெளியே ஒரு கேள்வியை கேட்டிருந்தாள்.

" I like Italian" என்றேன்.
" Back to story" என்றாள். டைப்பிங் என்று காட்டியது
"அவள் அவனுக்கு பிடித்த ஸ்பெகெட்டியை செய்ய ஆரம்பித்தாள்...மெழுகு வர்த்தியை பொறுமையாக ஏற்றி இருக்கலாமோ என்று யோசித்தாள்" என்றாள்
நான் சிரிக்கும் எமோஜியை அனுப்பி விட்டு.
"Back to story" என்று அனுப்பிவிட்டு.

"வீதிகளில் நடக்கும் போதும் அந்த மிருகத்தின் நினைவு வந்துகொண்டே இருந்தது. பின் அவன் ஐஸ்க்ரீமை வாங்கிக் கொண்டு. மீண்டும் இருளில் நடக்கலானான்." என்றேன்.

" அவள் அனைத்தையும் சமைத்து முடித்துவிட்டு
டேபிளில் உட்கார்ந்து அவனுக்காக
காத்திருந்தாள்" என்றாள்.

"அவன் நடந்து வரும் வழியில் மிருகத்தின்
சத்தம் கேட்கிறதா என்று கவனித்துக்
கொண்டே வந்தான்...எதுவும் அதுவரை
இல்லை...ஒரு பெரும் மரத்தின் கிளைகள் அவன்
தலைக்கு மேலே படர்ந்து இருந்ததை
பார்த்தான். மேகம் நட்சத்திரங்களை
மறைத்தவாறே நகர்ந்துக் கொண்டிருந்தது.
நிலா எந்த மேகத்தாலும் மறைபடாமல்
கம்பீரமாய் முழுதாய் வானில் வெளிச்சத்தை
உமிழ்ந்துக் கொண்டிருந்தது. அப்போது அந்த
மிருகம் அவன் பின்னால் வந்ததை அவன்
கவனிக்கவில்லை" என்றேன்.

"அவள் அவன் வருவான் என வெகு நேரம்
காத்திருந்தாள். கதவையே நோக்கிய வண்ணம்
அமர்ந்திருந்தாள்...வயிற்றில் குழந்தை எட்டி
உதைத்தது" என்றாள்.

"கரடி அவனை கண்டு வேகமாக ஓடி வந்தது.
அவன் சட்டென சத்தம் கேட்டு ஓட்டத்தை
எடுத்தான்...கரடி துரத்த அவன் ஓட சட்டென

அவன் வலது கால் தரையில் பிரண்டு தடுமாறி கீழே விழுந்தான்." என்றேன்.

"Are we really going to write a love story"
என்றாள்

" Oops…forgive me…I will come there"
என்றேன்.

"Back to story" என்று கூறி "அவள் மெல்ல நடந்து வந்து கண்ணாடி அருகே நின்று அவன் வரும் வழியை பார்த்தாள்" என்றாள்.

"கரடி அவன் மீது பாய்ந்தது. அவன் மயங்கினான். அவனை கடிக்கச்சென்ற போது நிலா வெளிச்சத்தில் அவன் முகம் தெரிந்தது. ஒரு முறை கரடியை, ஒரு வேடனின் துப்பாக்கி குண்டு ஏற்படுத்திய காயத்தில் அது இறக்கும் நிலையில் இருந்த போது. அதை இவன் தான் வேடனிடம் சண்டையிட்டு உயிரை காப்பாற்றினான். அது நினைவுக்கு வந்தவுடன். கரடி மெல்ல அவனை தூக்கி மலையின் மீது ஏறத்துவங்கியது" என்றேன். சற்று மன வருத்ததுடன்.

அவள் சிரிக்கும் எமோஜிகளை அனுப்பினாள்.

"Back to story" "கரடி அவனை தூக்கி வருவதை பார்த்து பதறிச்சென்று கதவைத் திறந்தாள்" என்றாள்

"அவனை கரடி வீட்டு வாசலில் விட்டுச் சென்றது" என்றேன்.
"அவள் தண்ணீர் ஊற்றி அவனை எழுப்பினாள்" என்றாள்.
"அவன் எழுந்து அவளை பார்க்கும் போது அவனுக்கு ஒன்றும் புரியவில்லை. கையில் அந்த ஐஸ்க்ரீம் பையையும் காணவில்லை என்பதை உணர்ந்து அவன் இருதயம் வேகமாக துடிக்க ஆரம்பித்தது. உழைப்பு வீண் போனதோ என்று மனம் வாடியது" என்றேன்.

"சென்ற கரடி திரும்ப வந்து அந்த ஐஸ்க்ரீம் பையை கொடுத்து விட்டுச் சென்றது" என்றாள்.

"அது உருகுவதற்குள் ஃப்ரிட்ஜில் வைத்து விடு என்றான்" என்றேன்.

அவள் சிரித்தாள். பின் கூறினாள் "நாம் ஏன் மூன்றாம் மனிதர்களை போல கதையை வடிவமைக்க வேண்டும்"

அதற்கு நான் "சரி...இதிலிருந்து நாமே நம்மை கதாபாத்திரமாக வைத்துக்கொள்வோம்"

அவளும் சிவப்பு இதய எமோஜிகளை அனுப்பினாள்.

பின்பு அந்த கதாபாத்திரங்களில் நாங்களே அமர்ந்தோம். காட்டை விட்டு நாட்டிற்கு வந்தோம். அவளுக்கு மலைகளை விட கடல் பிடித்திருந்த காரணத்தினால். அதன் பிறகு வாரத்திற்கு ஒரு குழந்தைகள் விதம். மூன்று குழந்தைகள் பிறந்தது. பின் குவாரண்டைன் முடிவடைந்தவுடன். கதாபாத்திரங்கள் தானாகவே மறைந்தன. பேசிக்கொள்வதும் குறைந்தது.

நடு நடுவில் அந்த கரடியின் ஞாபகம் அவனுக்கு வந்தது. ஏனென்றால் ஐஸ்க்ரீம் வாங்க சென்றவன் ஒரு குறுங்கத்தியையும் வாங்கி இருந்தான். கரடியை மிகவும் கடினப்பட்டேனும் கொன்றிருப்பான்.
பின் பிறக்கப்போகும் குழந்தைக்கு அந்த கரடியின் தோலை மெத்தையாக பரிசளிக்கலாம் என்று எண்ணினான்.

பாம்பு பண்ணை

"எதை வேணாலும் செய் ஆனா செத்து போயிடாத" என்று அவன் மனைவி "அமரர். திருமதி. சின்ன குடுமி" கூறிய வார்த்தைகள் அவ்வப்போது தனபாலின் நினைவுகளில் வந்துக் கொண்டிருக்கும். பொதுவாக பண்ணையில் அவன் வேலைகளை முடித்துவிட்டு, மதிய நேரம் கடல் பாம்புகள் இருக்கும் நீர் தொட்டிக்குச் சென்று அந்த நீரில் இவன் முகப் பிரதிபலிப்பை பார்த்துக்கொண்டிருப்பான்.இம்முறை அவன் பிரதிபலிப்பை அந்த பாம்பு கலைத்துவிட்டுச் சென்றது. அந்த கலங்கலை பார்த்தவுடன் அவ்விடத்தை விட்டு நகர்ந்து உணவருந்த சென்றான்.

ஒரு சிறிய அறை, மூன்று பேர் படுத்தால் அவர்களை மிதிக்காமல் அறைக்குள் நடக்க முடியாது. அங்கு உள்ளே இரு சம்படங்களில் சோறும் குழம்பும் சில சமயம் அவித்த முட்டையும் வைக்கப்பட்டிருக்கும். சில சமயம் அதையே இரவுக்கும் மிச்சம் வைத்து சாப்பிடுவதுண்டு. வெள்ளை சோற்றை கறி குழம்பில் பிணைந்து அதற்கு வாட்டமாக அவித்த முட்டைகளை அருகேயே வைத்துக்

கொண்டு. முதல் வாய் சாப்பிட்டான். சில நொடிகளில் காரம் காது வரை சென்று, கண்கள் நீர் கக்க, தண்ணீர் இல்லாமல் மொத்த முட்டையையும் விழுங்கி, அவ்விடத்தை விட்டு தண்ணீருக்கு ஓடினான். மண்பானையில் கொஞ்சும் மிச்சம் இருந்தது, அதை நேராக வாயில் கவுத்தினான். அடியில் இருந்த தூசி ஏதோ தொண்டைக்குள் மாட்டியது போன்ற உணர்வு, எச்சில் விழுங்கினான். பயனில்லை. காதின் உள்ளே ஏதோ கிழியமுடியாதது கிழிவது போல் வலி உயிரை எடுத்தது. அப்படியே கழிவறைக்கு விரைந்தான். குடத்தில் நீர் இருந்தது. சற்று அருந்தினான் வாந்தி வந்தது. பின் அதில் வாய் கொப்பளித்து துப்பிக்கொண்டே இருந்தான். உடலெங்கும் வியர்த்தது. சற்று ஆசுவாசப் படலானான். சிறிது நேரம் கழித்து பசி எடுக்கத்துவங்கியது. அந்த சோற்றை மூடி வைத்துவிட்டு அதை பார்த்த வண்ணமே படுத்துக் கண் அயர்ந்தான்.

கிழவி ஒரு போதும் இது போல் செய்தது கிடையாது. நம்பிக்கையோடு கை நிறைய சோற்றை அள்ளி வாயில் வைக்கிறான் என்றால், கிழவியின் கைப்பக்குவம் எப்போதும் நன்றாக இருக்கும் என்பதால் தான். இந்த இடத்தில் தனியே வேலை பார்க்கும் அவனுக்கு இருக்கும்

ஒரே சந்தோஷம் கிழவி எடுத்துவரும் உணவை உண்பதுதான். இன்று, அதற்கே கலங்கம் வந்திருப்பது சற்று அவனுக்கு தோய்வு அளித்தது என்றே கூறலாம்.

முன்னர் இவனோடு குறைந்தபட்சம் அறுபது பேர் பணிப்புரிந்தனர். சிலர் இங்கே தங்குவார்கள், சிலருக்கு வெளியில் வீடும் குடும்பமும் இருக்கும். பாம்புகளை காடுகளிலிருந்தும் எடுத்துவருவர் சில முறை வீட்டிற்குள் புகுந்த பாம்புகளையும் எடுத்துவருவதுண்டு. விஷப்பாம்புகள் மட்டும் இங்கு கொண்டுவரப்பட்டு, விஷமற்றவைகளை எப்போதும் சுதந்திரமாக விடும் நற்பழக்கம் இவர்களிடம் இருந்தது. ஆனால் அதுவும் அதிக நாள் நீடிக்கவில்லை. சிலருக்கு பாம்பு வளர்க்கவேண்டும் என்ற ஆசை வரும்போது அதையே இனப்பெருக்கம் செய்து குட்டிகளை விற்பதுண்டு. விபத்துக்கள் இங்கு நடக்கும் ஆட்கள் மாறுவார்கள் ஆனால் இம்முறை ஆட்கள் மாறுகையில் அவர்கள் விட்டுச் செல்லும் இடத்தை வேறு எவரும் வந்து நிறப்பவில்லை. பண்ணை முதலாளியும் அதை நிறப்ப முயற்சிக்கவில்லை. இருபது முப்பது ஆண்டுகளாக வெகு விமர்சையாக ஓடிய பண்ணையாக இருந்தது. தனபால் பல கதைகள் பார்த்திருக்கிறான், கேட்டிருக்கிறான். முதலாளி

கிருஷ்ணப்பர் மற்றவர்கள் போல் இல்லை. அவருக்கு நாய், பூனை, காதல் பறவைகளை வளர்ப்பது அரவே பிடிக்காது. மனிதனிடம் இருக்க வேண்டிய விலங்குகளில்லை அவை என்பார்.

பசி அவனை மீண்டும் வாட்டத்துவங்கியது. வெளியேச் செல்ல அவனுக்கு மனமில்லை. அங்கிருந்து ரோட்டிற்குச் செல்ல பதினைந்து கிலோமீட்டர் நடக்க வேண்டும். சைக்கிளும் செயின் அருந்து கிடந்தது.

பண்ணை ஓரத்தில் கிருஷ்ணப்பர் மட்டுமே புழங்கும் அளவில் ஒரு சிறிய அலுவலகம் இருந்தது. அதற்கு சென்று அதிலிருந்து போன் செய்தான்.

"யாருங்க ?" என்றான் கந்தன்.

"தனபால் பேசுறேன்...கிழவிய கொஞ்சும் வேற சாப்பாடு இருந்தா எடுத்துட்டு வரச்சொல்லு இது வாயில வெக்க முடியல காரம் காத புடுங்குது" என்று கூற

" கிழவிக்கு இப்பல்லாம் மண்ட குழம்பி போச்சு...நல்ல வேளை எனக்கு கல்யாணம்

ஆனதால தப்பிச்சேன், வீட்டுல இன்னிக்கு...
கோழி குழம்பு...ருசி!" என்றான் கந்தன்

"இருக்குற பசில...நீ திண்ண கதை பேண்ட
கதையெல்லாம் கேக்கனும்னு என்
தலையெழுத்து...கிழவிய சீக்கிரம்
வரச்சொல்லுயா...செத்துருவேன் போலருக்கு"

"சரி...பொறு, அங்க பாம்ப கீம்ப திண்ணு
வெச்சிற போற...அனுப்புறேன்"

"அனுப்பி தொலை யா" என்று போனை
துண்டித்து. தன் முதலாளியின் குடும்ப படம்
சிறிதாக மேஜை மீதிருந்ததை பார்த்தான். சற்று
யோசித்து. மீண்டும் போன் அடித்தான்.
இம்முறை மெல்லமாக ஒரு குரல்.

"ஹலோ"

"தனபால் பேசுறேன்". சற்று அமைதி நிலவியது
பின் அவனே "ஐயா எப்படி இருக்காரு" என்றான்

"அப்படியே தான் இருக்காரு...எத்தனை
நாளைக்குனு தெரியலை...நீ வேற வேலை
தேடிக்கலையா"

"பார்த்துட்டு இருக்கேன்" என்றான்

"இன்னும் ஒரு வாரம் தான்...ஆளுங்க வந்து பண்ணையில மிச்ச பாம்பையும் எடுத்து சாமான் எல்லாம் காலி பண்ணிடுவாங்க பா...உனக்கு காசும் இந்த மாசத்தோட ஆச்சு..."

"அங்க எதாவது வேலை இருக்கா மா?"

"இல்ல பா...அந்த பண்ணை சம்பந்தமா இனி எதுவும் இந்த வீட்டுல வர வேணாம் உன்ன உட்பட"

"சரி மா...நான் வெக்குறேன்" என்று போனை துண்டித்தான்.

அவன் கால்கள் அதே தெம்பில் நடக்க மறுத்தது. உடலுக்குள் அனைத்தும் உறுக்குலைந்துப் போவது போல் தோன்றியது. ஒரு நிமிடம் படுத்தான். மனது இன்னும் பின்நோக்கிச் சென்றது.

— —

தனபால் அப்போது எட்டாவது படித்துக் கொண்டிருந்தான். அவனுக்கு நண்பர்கள்

எவரும் இல்லை. அவனிடம் நட்பு
வைத்துக்கொள்ள நினைத்து அருகே
சென்றவர்களும் விலகி வந்தனர்.

"அவன் கூட மனுசன் பழகுவானா டா...
இன்னிக்கு பழகுனா நாளைக்கு மறந்துறான்...
சுந்தர தினேஷுங்குறான் தினேஷ்
மாரிமுத்துங்குறான் என்ன பார்த்து
ரவிங்குறான்...பைத்தியகாரன்" என்று
மைக்கெல் அனைவரிடமும் கூறியதை பக்கத்து
பென்சில் அமர்ந்துக்கொண்டு
கேட்டுக்கொண்டிருந்தான் தனபால்.
வகுப்பறையில் எந்த டீச்சரும் இல்லை.
அவனுக்கு அருகே இருந்தவன் தனபாலுக்கு
முதுகைக் காட்டிக்கொண்டு கையை பென்ச்சில்
வைத்து அவன் தலையை முட்டுக்கொடுத்துக்
கொண்டே அருகில் இருப்பவனிடம்
பேசிக்கொண்டிருந்தான். முன்னே சில
பெண்கள் புத்தகத்தில் ஏதோ
விளையாடிக்கொண்டிருந்தனர். பின்னே சில
ஆண்கள் ஏதோ தீவிரமான வாக்குவாதத்தில்
இருந்தனர். அப்போது கமலா டீச்சர் உள்ளே
நுழைந்தார். அனைவரும் மௌனமாக எழுந்து
நின்றனர். அனைவரையும் அமரக் கூறி விட்டு.
டீச்சரும் அமர்ந்தார். சற்று புத்தகத்தை திறந்து
துளாவினார். தொண்டையை செறுமினார்.

"இங்க யாருக்கெல்லாம் பாம்புனா பயம்?"

பாதிக்கும் மேல் கையைத் தூக்கினர். தனபால் தூக்கவில்லை. "ஏன்" என்று கேட்டார்.

"அது நகர்றதை பார்த்தாலே பயம் மிஸ்" என்றான் ஒருவன். "இவன் பல்லிக்கே பயப்படுவான் மிஸ்" என்று ஏதோ ஒரு குரல். அனைவரும் சிரித்தனர். டீச்சர் ஒரு பொய் கோபம் பூண்டு "சுப்" என்று கத்தினார்.

"அடுத்து" என்றார். "அது பழிவாங்கும்" என்றான் ஒருவன் .

"அடுத்து" என்றார். "எங்க தாத்தா அது கடிச்சி தான் இறந்துபோனார்" என்று ஒருத்தி.

"சரி, ஏன் பாம்புனா பயம் இல்லை?" என்று கேட்டார். அதற்கு ஒரு மாணவி "எங்க வயல்ல அதை விட்டு தான் எலிய விரட்டுவாங்க மிஸ்...என்ன கடிக்காது" என்றாள். ஆசிரியர் தனபால் பக்கம் திரும்பியவுடன். "அது பார்க்க அழகா இருக்கும்" என்றான். அனைவரும் அவன் பைத்தியம் என்று முனுமுனுத்தனர். ஆசிரியர் பேச ஆரம்பித்தார்.

"பாம்பு பழிவாங்காது...பாம்புகளால் நம் முகங்களை அடையாளம் காண இயலாது...நம் சுற்றுச்சூழலிலும் உணவுச்சங்கிலியிலும் பாம்புகளின் பங்களிப்பு அதிகம். சில பாம்புகள் பாம்புகளையே உணவாக கொண்டவை அவை ராஜ நாகப்பாம்பு, கருப்பு தலை மலைப்பாம்பு..." என்று ஆசிரியர் கூறிக்கொண்டே இருக்க. தனபாலுக்கு ஒன்று விளங்கியது. தனக்கும் பாம்புக்கும் உள்ள உறவு யாதென்று. ஒரு நிமிடம் சுற்றிப் பார்த்தான். தனக்கு அனைத்து முகங்களும் ஒன்றாக தான் தெரிந்தது. வீட்டிற்கு சென்று கண்ணாடி முன் நின்று முகத்தை தடவிக் கொண்டான். அம்மாவின் முகத்தை பார்த்தான்.

"நான் விளையாட போயிட்டு வரேன் மா" என்று கூற. "போ" என்று அவள் கூறியவுடன் வெளியில் ஓடினான். இரண்டு மூன்று வீடுகள் தாண்டிய பிறகு, நடக்கத் துவங்கினான். ஒவ்வொரு முகமாக பார்த்துக்கொண்டே போனான். தன் கண்களால் முடிந்தவரை அனைத்து முகங்களையும் பார்வையிட்டான். அனைவரின் முகமும் ஒரே போல் தான் இருந்தது. மற்றவர்களுக்கு தான் எப்படி தெரிந்துக்கொண்டு இருக்கிறான் என்ற கேள்வி அவன் மனதில் எழுந்தது. அதுக்கு என்னிக்கும்

பதில் தெரியப்போவதில்லை என்பதை
உணர்ந்தான். மீண்டும் ஓடினான்.
ஓடிக்கொண்டே இருந்தான். அவன் சக
மாணவர்களிடம் அவனுக்கு நடந்த கசப்பான
உரையாடல்கள் உடைந்து உடைந்து அவன்
மனதுக்குள் தோன்றி மறைந்துக்கொண்டே
இருந்தது. மூச்சை வாய் வழியே விட்டு இன்னும்
ஓடிக்கொண்டே இருந்தான். வலப்பக்கம் வயிறு
லேசாக வலித்தும் ஓடிக்கொண்டே இருந்தான்.
அவன் எதையும் கண்டுகொள்வதாக இல்லை.

"நான் குருடனா" " இல்ல...இல்ல" "நான்
பாம்பா" ஓடினான். பல முகங்களை மீண்டும்
பார்த்தான். வானத்தைப் பார்த்தான். வெயில்
அவனை அன்று தண்டிக்க விரும்பவில்லை.
அஸ்தமனத்திற்கு நேரம் இருந்தும்
மேகத்திற்குள்ளையே சூரியன் இருந்தான்.
மேகமும் உண்மையை என்றோ உணர்ந்தது
போல கண்ணீர் வடிக்காமல் கருமையாக மட்டும்
இருந்தது. அவனை விட வேகமாக காற்றால்
அன்று ஓட முடியவில்லை. வலி வயிற்றை
பிடித்து இழுக்கவும் சட்டென நின்றான்.
வயிற்றை இருக்கி பிடித்து நிமிர முடியாமல்
மூச்சு வாங்கினான். மூச்சை வயிறு வரை பாய்ச்ச
உள்ளே இழுத்தான். இன்னும் வலித்தது.
ஆசுவாசமடைய துவங்கினான். கண்களில்

கண்ணீர் மூண்டது. பார்வை மங்கலாகி
அனைத்தும் நதிக்குள் இருப்பதைப்போல
கலங்கியது. மீண்டும் மூச்சை இழுத்து.
வயிற்றுக்கு பாய்ச்சினான். சற்று வலி
மறையத்துவங்கி மூச்சை ஏற்றுக்கொண்டது.
மெல்ல நடந்தான். தூரத்தில் ஒரு ஆலமரம்
தெரிய மெல்ல நடந்து அந்த மேடையில்
அமர்ந்தான். கெண்டைத் தசை இருகிப்
போயிருந்தது. படுத்து ஆகாசத்தைப் பார்த்தான்.

பெரும் மரம், இலை ஓடிய கிளைகள் வானம்
வரை வளர்ந்து படர்ந்திருந்தது. இவன்
இதயத்துடிப்பு காது வரை
கேட்டுக்கொண்டிருந்தது. மூச்சை வயிறு வரை
இழுத்து வெளியில் விட்டுக்கொண்டிருந்தான்.
அடிக்கும் காற்று அவனை ஓர் மயக்க நிலைக்கு
தள்ளியது. கண்கள் திறந்தும் மூடுவதுமாய்
இருந்தது. மரத்தில் தொங்கிய விழுதுகள்
அனைத்தும் பாம்புகளாய் தெரிந்தது அவனுக்கு.
காற்றடித்து அவனை ஒரு விழுது வருடிச்செல்ல
பாம்பு அவனை தேற்றுவது போல உணர்ந்தான்.
மெல்ல அவனின் குழப்பங்கள்
மறையத்துவங்கியது. உறங்கினான். ஒரு மயான
அமைதி நிலவியது. எந்த சப்தமும் இல்லை.
எந்த இன்னல்களும் இல்லை. எந்த
எண்ணங்களும் இல்லை. அமைதி ஒன்று

மட்டுமே. ஒரு இருபது நிமிடங்களுக்கு. பின் நாய்கள் குரைக்கும் சப்தம் கேட்டு எழுந்தான். நான்கு நாய்கள் சண்டையிட்டு கொண்டிருந்தது. அதை படுத்தவாரே கையை ஒரு பக்க தலையில் வைத்து சாய்ந்துக்கொண்டே வேடிக்கைப் பார்த்தான். பின் ஒருவர் கல்லெறிந்து நாய்களை விரட்டிவிடவும் எழுந்து நடக்கத்துவங்கினான்.

— —

பண்ணையில் இருக்கும் இரும்புக்கதவை திறந்து, பெரும் சப்தத்துடன் மெல்ல நடை கொண்டு கிழவி நுழைந்தாள். தனபால் எழுந்து அமர்ந்து கொண்டான். தூக்கக்கலக்கமும் பசிமயக்கமும் அவனுள் பூரணத்துவம் அடைந்திருந்தது. கிழவி அறைக்குள் வந்து அமர்ந்து. சோற்றுப்பையை திறந்து. மந்தார இலை ஒன்றைப் போட்டு. உளுந்தஞ்சோற்றை கொட்டினாள். சற்று ஊறுகாயையும் அருகில் வைத்து.

"மன்னிச்சிடு பா...மறதில மத்தியானம் ரொம்ப காரம் போட்டேன் போல...அப்புரம் இதை வடிச்சி நானும் சாப்பிட்டு உனக்கும் கொண்டாந்துருக்கேன்"

தனபால் அமைதியாக சோற்றை ஊறுகாயில் தொட்டு வாயில் போட்டுக்கொண்டான். அவனுக்குள் வெடித்துக்கொண்டிருந்த எண்ணங்கள் சற்று மங்கத்துவங்கியது. மேலும் உண்ண ஆரம்பித்தான். கிழவி அமைதியாக பார்த்துக்கொண்டிருந்தாள்.

"எங்க போலாம்னு இருக்க?" கிழவி கேட்டாள்.

"இன்னும் முடிவு பண்ணல" என்றான். "அப்புரம்..கொஞ்ச நாள் தானே கெடக்கு" என்று கிழவி அதிர்ச்சியுற்றாள். இவனை முட்டாள் எனவும் நினைத்தாள்.

"மாமனார் வீட்டுக்கு போய் முதல தகவல் சொல்லனும்" என்றான்.

"அட முட்டாபயலே" வாய் விட்டே கூறிவிட்டாள். "பொணத்தையாவது கடைசியா பாத்துருக்கலாம்னு வருத்த பட மாட்டாங்களா"

"அவ வீட்ட விட்டு வரும்போதே "நீ செத்தா கூட நாங்க வர மாட்டோம்"னு தான் சொல்லி அனுப்புனாங்க" என்றான்.

தனக்கு திருமணத்திற்கு பெண்
பார்த்துக்கொண்டிருந்த சமயத்தில். நூறில் ஒரு
பெண்ணாக வந்தவள் தான் "சின்ன குடுமி".
பெண் பார்க்க சென்றப் போது தனபாலின்
கால்களில் இரு விரல்கள் இல்லாததை
கவனித்த தன் மாமனார். இந்த கல்யாணம்
வேண்டாம் என் மகள் உயிர் தான் முக்கியம்
என்று கூறவும். திருமணம் நின்றது. பிறகு
வந்துச் சென்ற எந்த ஆணிடமும் தனபால்
கொண்டிருந்த வசீகரம் இல்லாத
காரணத்தினாலோ என்னவோ எவரையும்
பிடிக்காமல். சின்ன குடுமி தனபாலை தேடி
பாம்பு பண்ணைக்கே சென்றாள். அங்கு அவன்
ஒரு நீண்ட கம்பியை அப்பெரும் நீர் தொட்டியில்
விட்டு கடல் பாம்பு ஒன்றை எடுத்து சட்டென
ஒரு சிறு தண்ணீர் ஜாடியில் கிடத்தினான். மற்ற
இருவர் இன்னொரு கம்பியால் அந்த ஜாடியை
எடுத்துக்கொண்டு விஷம் எடுக்கச் சென்றனர்.
அவர்கள் செல்வதை பார்த்துவிட்டு சின்ன
குடுமியை பார்த்தான். யாரையும் அடையாளம்
காண முடியாதிருந்தாலும் அவனுக்கு அவளை
தெரிந்தது. ஒரே ஒரு முறை தான்
பார்த்தானாயினும். சின்ன குடுமியின் உடல்
வாகும். அவளின் கைகளில் அணிந்திருந்த
சிகப்பு நிற பிளாஸ்டிக் வளையல்களும். பூமியை
நோக்கி வளைந்திருக்கும் அவள் இரு

தோள்களும். சற்றே உள்வாங்கியிருந்த அவள்
நெஞ்சுக்கூடும். கழுத்தின் நடுவே இருக்கும்
விசித்திரமான மச்சமும். சற்றும் இடை
தெரியாது அணிந்திருக்கும் புடவை வாகும்.
அந்த நொடி அவனுக்கு அனைத்தும் புரிந்தது.
சில சமயம் அவன் வாழ்வில் சிற்சில நொடிகள்
வரும்போது அவனுக்கு எதிர்காலம் மொத்தமும்
தெரிந்துவிடும். அவனும் சின்ன குடுமியும்
தங்களது உணர்வுகளை பரிமாறிக்கொண்டனர்.

"கால்ல இரண்டு விரல் இல்லங்குறது ஒரு
பிரச்சினை இல்லனாலும்…" என்று இழுத்தான்.

"வேற என்ன?" என்றாள் சின்ன குடுமி.

"நாளைக்கு மூக்குத்தி எனக்கு அழகா இருக்கா
இல்ல இந்த கம்மல் எனக்கு எடுப்பா இருக்கானு
நீ கேட்டா…எனக்கு சொல்ல தெரியாது…"

"சரி?" இது பிரச்சினை இல்லையே என்பது
போல அவனிடும் மேலும் வார்த்தைகளை
எதிர்பார்த்து காத்திருந்தாள் சின்ன குடுமி.

"எனக்கு முகம் தெரியாது. இது ஒரு வியாதியாம்.
எனக்கு யார் முகமும் தெரியாது. எல்லார் முகமும்
ஒரே மாதிரி தான் தெரியும்" என்றான்.

"பாம்பு கடிச்சா இப்படிலாமா வியாதி வரும்"
என்றாள்

"இல்ல...இது பொறந்ததுல இருந்தே"
என்றான்.

"சரி...இப்ப என்ன அடையாளம் தெரிஞ்சதுல
அது மாதிரி எப்பவும் தெரிஞ்சிக்குவ என்றாள்"

பின் வீட்டில் சாபம் பெற்றுக்கொண்டு இவனோடு
வாழத் துவங்கினாள். அனைத்தும் நன்றாக
போய்க் கொண்டிருக்கையில். ஒரு நாள்
மலைப்பாம்பின் கூண்டில் கோழி குஞ்சுகளை
வைக்கச்சென்ற போது. அது இவள் கழுத்தை
சுற்றி இருக்கியதில் உயிர் விட்டாள்.

ஒவ்வொரு நாள் காலையிலும் தனபாலை
எச்சரிக்கும் சின்ன குடுமி அன்றோடு மடிந்தாள்.
தனபால் மீண்டும் தனி மரம் ஆனான்.

இந்த நாள் வரை சின்ன குடுமியைத்
தேடிக்கொண்டு ஒருவரும் அவள் வீட்டிலிருந்து
வந்ததில்லை.

இன்னும் ஒரு நாளே இருந்தது. தனபால்
பண்ணையை விட்டு கிளம்ப வேண்டும். அந்த
மலைப்பாம்பு இருக்கும் கூண்டிற்கு சென்றான்.
அந்த மலைப்பாம்பு இவனையே
பார்த்துக்கொண்டிருந்தது. உணவு எடுத்து
வந்திருக்கிறாயா என்று நாக்கை வெளியில்
விட்டு விட்டு காட்டியது. தனபால் "அதை
அறுத்துப் போட்டு விடலாமா" என்று பல நாள்
எண்ணியிருக்கிறான். ஆனால் அவன்
பராமரிப்பிலேயே இருந்ததினாலோ என்னவோ
அதை அப்படியே விட்டு விட்டான். சில நாள்
மிகவும் கோபம் இருந்தால் அதற்கு உணவு
அளிக்க மாட்டான். பின் பயந்துக் கொண்டே
எலிகளை போட்டுவிட்டு சென்று விடுவான்.
இம்முறை அதை கொன்று விடலாம் என்று
தோன்றியது. கத்தி எடுக்கச்சென்றான்.
கத்தியை எடுத்து மீண்டும் கூண்டிற்கு வந்து
அதை பார்த்தான். அதுவும் அவனை பார்த்தது.
ஏனோ அவன் கண்கள் கலங்கியது. கத்தியை
கீழே போட்டுவிட்டு நடந்தான். அறைக்குச்
சென்று அவன் துணிகளை எடுத்து ஒரு
சாக்குப்பையில் கட்டிக்கொண்டு புறப்பட்டான்.
கிருஷ்ணப்பருக்கு அவன் செல்வதை தெரிவிக்க
வேண்டும் என்று தோன்றியும் வேண்டாம் என்று
மறுத்து சென்றான். பஞ்சர் ஆன சைக்கிளை
தள்ளிக்கொண்டே அந்த காட்டை கடந்து

சென்று, நானூறு ரூபாய்க்கு சைக்கிளை விற்று. அவன் ஊருக்கு சென்றான். பள்ளியை கடக்கும் போது. அவன் ஆசிரியை கூறியது அவன் நினைவுக்கு வந்தது. பாம்புகள் பழி வாங்காது என்று. ஆலமரத்தை கடக்கும் போது அந்த விழுதுகள் அவனை பார்த்து சீறியதாக உணர்ந்தான். வீட்டிற்குச் சென்றான்.

பக்கவாதத்தில் கிடந்த பண்ணையாரை பார்த்து மனைவி கூறினாள்.

"பண்ணைய காலி பண்ண போனாங்க…நிறைய பாம்பு பசிலையே செத்துருக்குனு சொல்றாங்க"

கிருஷ்ணப்பர் எதுவும் பேசாமல் திரும்பிக்கொண்டார்.
எகிப்திய கடவுள் வத்செத்தின் படம் அவரை புன்சிரிப்பொடு பார்த்துக்கொண்டிருந்தது.

மிருகத்தின் நாக்கு

போதும் என்று இருந்தது அவனுக்கு. அந்த இருட்டறையில் கிடந்தது. வெறும் ஜன்னல் வெளிச்சம் ஒன்று தான். எப்போதும் மொபைலை நோண்டிக் கொண்டே இருப்பான்.

அந்த மிருகத்தை தேய்த்த அளவிற்கு தரையை தேய்த்திருந்தால் தண்ணியாவது வந்திருக்கும் என்பார்கள் அவனை பெற்றவர்கள்.

அவனை பொறுத்தவரை நிஜ உலகமும் சைபர் உலகமும் இரு வேறு உலகங்கள் அவன் அதில் பயணம் செய்யும் ஒரு டிக்கேட் இல்லா பயணி அவ்வளவு தான்.

அவன் தன் ஊரில் இல்லை, வேறெங்கோ இருக்கிறான். ஆனால் இங்கேயும் அதே நிலை தான். மழை காலம் வேறு, சூரிய கதிரானவன் தரையை தொட மாட்டான் இங்கே. அதே ஜன்னல் வெளிச்சம். காலை உணவேதும் உண்ணவில்லை, மறந்துவிட்டான். வீட்டில் யாருமில்லை.

அந்த ஆஸ்திரேலிய காரியிடம் காதலும் காமமுமாய் உரையாடிக்கொண்டிருக்க, அலுத்துவிட்டது. நிஜ உலக ஞாபகங்கள்

இருளாய் சூழ்ந்து கொண்டது. புது இடம் வேறு. பசியை உணரத் தொடங்கினான். "Don't get too attached to me" என்று சொல்லிவிட்டு போனை அங்கேயே போட்டுவிட்டு நிஜ உலகை நோக்கி நடந்தான்.

உணவு விடுதியில் அவனின் மாமா அமர்ந்து கொண்டிருந்தார். அங்கு self-serve முறை என்பதால், தானே உணவை தட்டில் வாங்கிக்கொண்டு அவரருகே சென்று நாற்காலியை இழுத்தான். அவர் ஆள்காட்டி விரலை முன் இருக்கும் நாற்காலியை நோக்கி காட்டினார். "ஓ" என்று சின்னதாய் கூறிவிட்டு அங்கே அமர்ந்தான்.

சுற்றுபுறத்தை நன்கு நோக்கினான். முதுகின் பின் இடதுபுறத்தில் இரண்டு பெண்கள் அவனை நோக்கிவிட்டு வாசலை பார்த்த வண்ணம் பேசத் தொடங்கினார்கள். அவனின் முதுகுக்குப்பின் நேரே சில சமவயதுடைய வாலிபர்கள் புரியா மொழியில் பேசி நகைத்துகொண்டிருந்தனர். அவன் மாமாவின் முதுகுக்குப் பின் வலதுபுறத்தில் ஒரு சாமானியன் தகர டப்பாவில் உணவை வைத்துக் கொண்டு எங்கேயோ நோட்டமிட்டுக்கொண்டிருந்தான்.

வலப்புரம் கதவருகே அந்த விடுதிக்காரன்
டோக்கன் அழித்துக் கொண்டிருந்தான்.
அப்போது ஒரு பெண் உள்ளே வந்து அவனை
நோட்டமிட்டாள். சட்டென உணவின் மேல்
பார்வையை கவிழ்த்தினான். மீண்டும் நிமிர்ந்து
பார்த்தான் அவள் அதை உணர்ந்து அவனை
பார்த்தாள் பின் அவன் பின்னே இருக்கும்
பெண்களை பார்த்தாள் , சிரித்தாள், செய்கை
செய்தாள். உணவை வாங்கி நடையைக்
கட்டினாள். தொடங்காமலேயே ஒரு காதல்
கதை நிறைவுக்கு வந்துவிட்டதை உணர்ந்த
அவன் சோற்றில் கையை வைத்தான்.

"இன்னிக்கு நாலு மணிக்கு அந்த glass artist அ
பார்க்கப் போகணும்..ரெடியா இரு…வீட்டுலயே
அடஞ்சி கிடக்காத fungus பிடிச்சிரும் உடம்பு"
என்றார் மாமா.

இவர் வேதியியல் சார்ந்த வேலையில்
இருப்பதால் வேதியியல் முறையில் ஒருவரை
சிலாகித்து உரையாடுவது இவரின்
எதார்த்தமாகும். அதனால் அவனும் அதை
பெரிதாய் எடுத்துக்கொள்ளாமல் அவர்
கற்பனையை ஆதரித்து அவரை ஊக்குவிப்பான்.
அதற்கான வினையையும் அவ்வப்போது
அனுபவித்து வருவான்.

அவனுக்கு அந்த ஆஸ்திரேலிய பெண்ணின் நினைவு அலைபோல் உள்ளே கரைதட்டிக்கொண்டே இருந்தது. சில தினங்கள் முன்பு அவளிடம் மிகவும் உற்சாகமாக உரையாடிக்கொண்டிருந்தான்.

அவன்: " where's your josh babe?"

அவள்: "wdym? "(what do you mean?")

அவன்: "josh is like...it's like energetic way of being I guess…anyway you sound so sad now"

அவள்: "I have my stomach pain babe"

அவன்: "oh…are you having your periods?"

அவள்: "no…it's like a cramp babe…my arm pains too"

அவன்: "what's that babe?"

அவள்: "I cut myself"

அவன்: "lol…like during veggies"

அவள்: "no…to kill myself"

அவன்: "what the fuckkk babe??"

அவள்: "oops...sorry I didn't mean to tell you...I am not ready to drag you into this...i love you very much babe"

அவன்: "send a picture of that babe"

அவள்: "no babe…i don't want you to see that… coz everyone will start treating me with sympathy and pity like I am some fucking weak and foolish bitch who wanna kill herself!"

இவன் கைகள் யோசித்தன பின், "Babe…pls don't do this…already a friend of mine did and died and I am fucked up even now"

அவள்: "sorry babe...i won't do that...please let's leave this"

அவன்: "hmm" என்றான்.

அவள்: "love u babe" என்றாள்.

அவளது முந்தைய காதல் அனுபவம் அவ்வளவு சுவையாய் அமைந்து விடவில்லை.

இது சைபர் உலகம், நிஜ உலகை போல மக்களை கூட்டி மேடை அமைத்து மேளம் அடித்து கூறும் அளவு நேரம் ஆகாது. ஓர் வினாடியில் அனைத்தையும் செய்து விடலாம்.

அந்த பெண் தன் அந்தரங்க புகைப்படங்களை அவளது முன்னாள் காதலனுக்கு அனுப்பி இருக்கிறாள். அதை அவன் உடனே தனது இன்ஸ்டாகிராமில் பதிவிட்டு "Slut" என caption வைத்து வெளியிட்டு விட்டான்.

அவளது முன்னாள் காதலன் அவளின் வகுப்புத்தோழன் என்பதால், பள்ளி முழுவதும் இந்த நிர்வாணப் படம் பனி போல் பரவியது.

அனைவரின் பார்வையும் அவளது மானம், மனவலிமை, நெஞ்சுறுதி அனைத்தையும் துளி மிச்சம் வைக்காமல் தின்று தீர்த்தது. இதனால் அவள் தன் கையை அறுத்துக் கொண்டாள். ஆனால் சாகவில்லை.

இந்த விஷயமே அவனுக்கு இவளோடு பழகிய சில தினங்களில் தான் தெரிய வந்தது. அவனை மிகவும் காதலிப்பதாக கூறி இக் கதையை வலியோடு சொல்லி அழுதாள். என்ன ஒரு வசந்தகாலம், என நினைத்துக்கொண்டான்.

இது போன்ற தற்கொலை சம்பவங்களையும், அதைச் செய்ய வேண்டும் என்ற எண்ணம் கொண்டோரையும் அவன் நிஜ உலகில் அதிகம் பார்த்தமையால் அவனுக்கு அச்சம்பவம் பெரிய அச்சுறுத்தலையோ பதட்டத்தையோ ஏற்படுத்தவில்லை. சொல்பவனுக்கும்

செய்பவனுக்குவும் உள்ள வித்தியாசத்தை நம்மால் உணர்ந்து கொள்ளமுடியும் என்ற நம்பிக்கை இவனுக்குள் கனகனத்தது.

இருவரும் சாப்பிட்டு முடித்து வெளியே வந்தனர் அதிசயமாய் சிறிது வெயில் அந்த பெஞ்சின் மீது அடித்தது. இருவரும் சிறு சந்தோஷத்தோடு வெதுவெதுப்பைத் தேடி சென்றனர்.

"மதிய வெயிலா இருக்கே தோல் கருத்துராது?" என்று அங்கு உட்கார விருப்பமின்றி கேட்டான்.

"coverஅ பத்தி ஏன் கவலை படுற...கண்டண்ட் முக்கியமா இல்ல கவர் முக்கியமா" என்று சிரித்துக் கொண்டே கேட்டார்.

"ரெண்டும் முக்கியமா இருந்தா நல்லது தானே" என்றான்.

"content நல்லா இருந்தா போதும்..coverஅ பத்தி ஏன் கவலை படணும்" என்றார்.

"கரெக்ட் தான் மாமா...கண்டண்ட் நல்லா இல்லாததுனால தானே suicide பண்ணிக்குறாங்க.

"ம்ம்ம்ம்.."

மேலே கூறப்பட்டுள்ள சில தற்கொலை சம்பவங்களை அவன் கொஞ்சம் பவுடர் அடித்துக் கூற…மாமா அமைதியாகி விட்டார் அவனுக்கும் எதையோ கொட்டி தீர்த்ததுபோல் ஆகிவிட்டது. அவர் அலுவலகத்திற்குச் செல்ல இவன் வீட்டுக்கு நடையை கட்டினான்"

"டேய்..சாயங்காலம் அங்க போகனும்ங்குறத மறந்துடாத"

"சரி..மாமா..போவோம்"

வீட்டுக்கு சென்று மொபைலை எடுத்துப் பார்த்தான். ஒரு ஐந்து மெஸேஜ்களை பறக்க விட்டிருந்தாள் அந்த வெளிநாட்டுப் பைங்கிளி.

இவன்: don't get attached to me

இவள்: "Yes…i wont"

"Fuck…i can't"

"I want you babe"

" i would be a mess without you"

"pls don't leave"

இவன்: ok…i will be here till you get detached

என மேற்கொண்ட ஐந்து அம்புகளுக்கு, ஒரே ஒரு பதில் அம்பை எய்து விட்டு படத்தை பார்க்கத் துவங்கினான்"

மாலை அவன் மாமா வந்துவிட்டார்.

"வா..வா…கிளம்புவோம்…இன்னோரு uncleக்கும் சேர்த்து வாங்கனுமாம்…எல்.கே வேற அங்க வெயிட் பண்றாரு

அங்கு காத்திருக்கும் மாமன்னரின் பெயர் எல்.கேதாரிநாத் அதை சுருக்கமாக இவர்கள் எல்.கே என்றழைப்பர்.

காரை உசிப்பி மிகவும் பொறுமையோடு ஓட்டலானான். அது அடர்ந்த மரங்கள் நிறைந்த ஒரு கேம்பஸ். மாமாவிற்கு நம்பிக்கை வரும் வண்ணம் மிகவும் தன்மையாக வண்டியை நடத்தினான். வாயில் கேட்டைத் தாண்டி சேரும் சகதியுமாய் இருக்க அதன் மீது பொறுமையாய் வண்டியை செலுத்தலானான்.

"வெயிலே இல்லாம பாரு…சேறு காயமாட்டேங்குது..வாசல்ல அந்த சிமெண்ட் ப்ளாட்ஃபாரத்துல பாசி பிடிச்சி ஒரே வழுவல்..கஷ்டம்" என சலித்துக் கொண்டார்.

அந்த ரோட்டை தாண்டியவுடனே எல்.கே யிடமிருந்து ஃபோன் அழைப்பு வந்துவிட்டது.

"Yes…we are on the way…we took car"

"No…no…it's not a good idea to bring car… traffic and peak time…so try to come in two-wheeler"

"கார திருப்பிரு பா…வண்டி எடுத்துட்டு வந்துருவோம்…roads are not good for car today வாம்"

மறுவார்த்தை பேசாமல்..காரை உடனே தன்மையாய் திருப்பி, மாமாவிடம் மேற்கொண்ட நம்பிக்கை சார்ந்த மதிப்பெண்ணை பெற்றுக்கொண்டான்.

எப்படியோ வண்டியை எடுத்து சந்து சந்தாக எல்.கே யின் பின் சுற்றி அந்த கண்ணாடிக்காரரின் இடத்துக்கு வந்து சேர்ந்தாகிவிட்டது.

ஆனால் தரித்திரம் இந்த ஹெல்மெட்டை கழட்ட முடியவில்லை. இரு பெரிய மனிதர்களும் அங்கே இவன் என்னத்தை கழட்டிக் கொண்டிருக்கிறான் என காத்துக்கொண்டிருந்தனர்.

ஒருவழியே சனியனை கழிட்டியாகிவிட்டது.
இவ்வூரில் ஹெல்மெட் அணிய வேண்டும் என
கட்டாயம் இல்லை ஆனால் இவன்
மாமாவினடத்தில் அந்த கட்டாயம் கண்டிப்பாக
அமல்படுத்தப்பட்டிருக்கிறது.

"உன் உயிர் மேல, 'உனக்கு' அக்கரை
இருக்கனுமா இல்ல 'கவர்மெண்ட்டுக்கு'
அக்கரை இருக்கனுமா" என்பார்.கருமத்தை
கேட்டுச் சாவதற்கு, தரிதரத்தை மாட்டியே
வைத்திருக்கலாம், முடி தான் நட்டம்.

மண்டையை உள்ளே வைத்துவிட்டு படியேற
ஆரம்பித்தனர். மிகவும் இருள் சூழ்ந்த கட்டிடம்.
முதல் மாடியில் மூத்திர நாத்தம் குப்பென
மூக்கில் ஏறி மூளையில் அடித்தது.

இரண்டாம் மாடியில் ஒரு கண்ணாடிக் கதவு.
உள்ளே வெள்ளையும் சிகப்புமாய்
மின்விளக்குகள். படியும் ஓரளவு அவ்வொளியில்
தெரிந்தது. மேலே நடக்க நடக்க ஒரு வழியாக
வீடு வந்துவிட்டது.

நாங்கள் உள்ளே வரும் சத்தம் கேட்டு மாலை
நேரத்தில் அவனை விட ஒரு பெரிய சோம்பேறி
சட்டென போத்திய கம்பளியிலிருந்து எழுந்து
அமர்ந்தான்.

மலம் தின்னும் பன்றிக்கு சந்தனம் பூசி பன்னீர் தெளித்து, உடை, விக் போன்றவற்றை வைத்து கட்டிலின் மீது அமர்த்திவைத்ததை போல தெரிந்தது அவனுக்கு.

ஒரு லேசான துர்நாற்றம் அவனை சங்கடப்படுத்தியது. அடுத்த நொடியே அப்பன்றியின் தாய், ஊதுபத்தியை வீடு முழுவதும் புகையச்செய்து சற்று சாந்தப்படுத்தினாள்.

கண்ணாடி பொம்மைகள் செய்யும் அறைக்கு அந்த கலைஞன் அனைவரையும் அழைத்துச்சென்றான்.

அந்த அறையில் இரண்டு இண்டஸ்ட்ரியல் ஆக்ஸீஜனும், உடைந்த கண்ணாடிக் குப்பைகளும், கண்ணாடி ட்யூபுகளும், சில கண்ணாடி சிற்பங்கள் மற்றும் கண்ணாடியில் செய்த ஸ்பூன், தட்டு,விளக்கு, போன்றவை இருந்தது.

வெளியே பார்த்ததற்கும் உள்ளே பார்ப்பதற்கும் உள்ள வேறுபாட்டை உணர்ந்தான்.

நடுவில், இளவயதுக்காரன் என அவனை ஐந்து மாடி, கீழேச் சென்று பையை எடுக்க

ஏவினார்கள். அவன் எடுத்து வந்தவுடன் தண்ணி வேணுமா என்ற கிண்டல் வேறு.

இவ்வாறு பல கூத்துகளை முடித்துவிட்டு மீண்டும் ட்ராஃபிக்கில் அகப்பட்டு வீடு சேர்ந்தார்கள்.

நடுவில், முட்டி வலி என அவன் மாமா வேறு இறங்கி சற்று தூரம் நடக்கலானர். நெரிசலில் சிக்கி முன்னே அவர் எங்கிருக்கிறார் என தேடி கண்டுபிடிப்பதற்குள் போதும் என்றாகிவிட்டது.

வீட்டுக்கு வந்தவுடன் வீடியோ காலில் ஆஸ்திரேலிய காரி வர இருவரும் பேசத்தொடங்கினார்கள். கையை மறைக்க ஒரு ஹேர்பேண்ட் ஒன்றை சுற்றியிருந்தாள். பேச்சுவாக்கில் அதை அவள் தலையில் மாற்றும்பொழுது தான் தெரிந்தது அவள் கைகளில் காயமேதுமில்லை என்று. முழித்தான்.

நாய்கள் ஏன் குரைக்கின்றன ?

என்ன ஆகி விடப்போகிறது. ஊர் முழுவதும் நம்மை பற்றி தான் பேசுவார்கள். காமம் செய்து பெற்ற குழந்தைகளுக்கு சோறு ஊட்டும் போது நம் தவறையும் சேர்த்து சொல்லி ஊட்டுவார்கள். வினவினால் 'நல்லது சொல்லி ஊட்டனும்' என்பர் . நன்மையின் வலிமை அறிய தீய உதாரணம் வேண்டுமே. செக்கையன் மனதில் ஆறு போல பல எண்ணங்கள் சலசலவென ஓடின, அவன் செய்த காரியம் அப்படி. ஒன்று, பல தத்துவங்களை மனதுக்கு ஊட்டி நிதானத்துக்குச் செல்ல வேண்டும் இல்லையேனில் எக்கருமத்தையாவது செய்து சாக வேண்டும்.

இவ்விரண்டையும் யோசித்துக்கொண்டிருக்கும் போது அங்காளத்தாளிடமிருந்து கைப்பேசிக்கு அழைப்பு வந்தது.

"டேய்...என்ன முடிவு பண்ணிருக்க"

"எனக்கு தெரிலை டி"

"'டி' யா செருப்பு பிஞ்சிரும் நாயே...கூட படுத்துட்டா டி ம்பியா"

"இதுக்கு முன்னாடியும் நான் உன்ன டின்னு சொல்லிருக்கேனே"

"அப்போ உன் மனசுல வேற எண்ணம் இருந்தது..இப்போ அப்புடியா"

"இப்பவும் அப்படி தான்"

"சீ...". ஃபோன் துண்டிக்கப்பட்டது.

கைப்பேசியின் திரையை மட்டும் பார்த்துக் கொண்டிருந்தான். அவள் பெயர் மறையும் வரை. பிறகு ஃபோனை தனியே வைத்துவிட்டு எழுந்து வெளியேச் சென்றான்.

அவன் தெருவில் அவ்வளவாக வண்டிகள் ஏதும் இல்லை. இவனுக்கு எப்போது சோகமேற்பட்டாலும் மெயின் ரோட்டிற்குச் சென்று மேடையில் அமர்ந்து சிகரெட் புகையை ஊதிக்கொண்டே சாலையில் கடக்கும் அனைத்து வண்டிகளையும் பார்த்துக் கொண்டிருப்பான். அவனின் மிகப் பிடித்தமான பொழுதுபோக்கு அது.

ஏதோ ஒரு நிம்மதியை அது உண்டாக்கும். ஒவ்வொரு முறையும் அவன் மனதிற்கு ஏற்ப ஏதோ ஒரு ஆழமான செய்தியை கூறுவது போல் ஒரு எண்ணம்.

வழக்கம் போல, ஒரு சிகரெட்டை எடுத்துக்
கொண்டு அந்த மேடையில் அமர்ந்தான்.
மிதமான வெயில் தான் ஆனால் இவனுக்குப்
பின்னே ஒரு மரம் இருந்தது. அது ஒரு ஹைவே.
அதன் தொடக்கம் எது முடிவெதுவென
அவனுக்கே தெரியாது.

அந்த சிகரெட்டைப் பிடித்துக்கொண்டு அதைப்
பார்த்துக்கொண்டிருந்தான். ஒவ்வொரு
வாகனங்களும் அதிவேகத்தில் இவனை கடந்து
சென்று கொண்டிருந்தது. முன்பு ஒரு முறை
இதே போல அமர்ந்து கொண்டிருக்கும் போது
சாலையில் வாகனங்கள் கடப்பதைப்போல
அவனது கஷ்டங்களும் கடந்துவிடாதா என்று
யோசித்தான் ஆனால் இப்போது அந்த
வாகனங்கள் ஒன்றின் டையரில் விழுந்து தானே
கடந்து விடலாமா என்ற எண்ணங்கள் அவனை
தூண்டுகிறது. சிகரெட் சின்னதாகியது.
இருப்பினும், இன்னும் கொஞ்சும் பாக்கி
இருப்பது அவனுக்கு இதத்தை அழித்தது.
சட்டென ஒரு நாய் அவனை பார்த்து குரைக்கவும்
மிரண்டான். "சூ" என்று விரட்டிவிட்டு இருக்கும்
மிச்சத்தை புகைத்தான்.

மெல்லிய புகை வாடையை
சுவாசித்துக்கொண்டே நடந்தான். என்ன
செய்வென்று தெரியவில்லை. அவள் வீட்டிற்குச்

செல்ல வேண்டும். ஆனதை பார்த்துக்கொள்வோம் என்று விரைந்தான். வீடு வந்தது. பாசி காய்ந்த ஓட்டு வீடு, மேலே தாத்தாவின் தடியைப் போல ஒரே ஒரு மின்சார பைப் நின்று கொண்டு பல மின் சரடுகளை கக்கிக்கொண்டிருந்தது. திண்ணை பெரிதாக இருப்பினும் உட்கார இடங்கள் ஏதும் இன்றி பொருட்கள் சூழ்ந்து இருந்தன.

வெளியே ஒன்பது ஜோடி செருப்புகள், எந்த வரிசை விதிகளையும் பின்பற்றாமல் அங்குமிங்கும் இருந்தது. மற்ற செருப்பை தொந்தரவு செய்யாமல் அவன் செருப்பை அங்காளத்தாள் செருப்பின் அருகில் விட்டு இரண்டையும் பார்த்தான். அவளின் செருப்பே அவனுக்குள் ஓர் பயத்தை உண்டாக்கியது. அவன் சுவாசம் வேக மடைந்தது. ஏன் இன்னும் அவளின் செருப்பு அவனின் செருப்பை கடித்து குதறாமல் இருக்கிறது என்ற சந்தேகம் உண்டானது. மெல்ல கதவருகே சென்றுப் பார்த்தான். அந்த காலியான வீட்டில் அங்காளத்தாளை சூழ்ந்து மூன்று அத்தைகளும் ஒரு கிழவியும் அமர்ந்திருக்க, மற்றொரு அறையில் நான்கு மாமன்களின் கோபமான முனுமுனுப்பு சப்தம் கேட்டுக்கொண்டிருந்தது. எவரும் அந்த பொருட்களற்ற வீட்டின் அமைதியை குலைக்க விரும்பாதவர்கள் போல்

தத்தமது கருத்துக்களை வாயினால் துப்பிக்கொண்டிருந்தனர். இவன் சப்தமின்றி உள்ளே நுழைந்து ஒன்றும் நடக்காததை போல் மௌன வணக்கம் வைக்க அங்குள்ள ஒரு அத்தை; மாமன்கள் இருக்கும் திசை நோக்கி குரல் எழுப்பினாள்.

"என்னங்க…வந்துட்டான் பாருங்க" என்று கூறியதும் கொதித்தெழுந்து வந்து அவன் அருகில் சென்றனர். ஒரு மாமன் அவன் சட்டையை பிடித்து இழுக்கலாம் என செல்ல மற்றொருவர் அவன் கன்னத்தில் அரையலாம் என்று செல்ல மற்றொருவர் கையை மட்டும் நீட்டி கத்தலாம் என்று நெருங்க கடைசியில் எட்டி உதைக்கலாம் என்று முடிவெடுத்தவரே முந்திக்கொண்டு அவனை மிதித்து மற்றவர்களின் எண்ணத்தை வீழ்த்தினார். இதை பார்த்து அங்காளத்தாள் கதறி அழுது செக்கையனை காப்பாற்ற நெருங்கும் முன் அவர் அவர்களின் எண்ணங்களுக்கு ஏற்றார் போல் அவனை அடித்து மிதித்தனர். அங்காளத்தாள் அவன் அருகில் நெருங்கியதும் அனைவரும் நிறுத்திக்கொண்டு பின்வாங்கினர்.

"நீங்க சத்தம் போட்டு அடிச்சி இன்னும் அக்கம் பக்கத்துலையும் கேட்டு வந்து எல்லார் மானமும் போனுமா" என்று மூக்கில் நீர் வடிய அழுதாள்.

செக்கையனோ வார்த்தைகள் வாங்குவதற்கு
நான்கு அடிகள் வாங்குவதே மேல் என்று
இருந்தான். அவர்களின் வன்முறை அவனுக்கு
இதத்தையே அளித்தது.

"என்ன பேசாம இருக்க" என்று அவன் கண்ணின்
மேலேயே ஓங்கி அடித்தாள் அங்காளத்தாள்.

"என்ன மன்னிச்சிரு" என்றான். அங்காளத்தாள்
வயிற்றில் அடித்துக்கொண்டு, "இப்போ
என்னத்த பண்ண சொல்ற" என்றாள்.

"எவளோ அடி வேணாலும் அடிச்சிக்க
கொல்றதுனாலும் கொன்னுக்க ஆனா இந்த
சென்மத்துல எனக்கு வாக்குபடனும்னு
நினைக்காத" என்றான்.

ஒரு மாமன் வேகமாக முன் வந்து அவன்
முகத்தில் உதைக்க அவனின் வலப்பக்க தலை
சுவற்றில் தொப்பென அடித்து, அவனுக்கு
உள்ளே சிலிர்த்து மயங்கி விழுந்தான்.

எந்த சப்தமும் கேட்கவில்லை. கடும் இருள்
ஒன்றே இருந்தது. வெறுமையின்
மையப்பகுதியில் அவன் ஆன்மா அடைப்பட்டது.
வெளியே அங்காளத்தாள் அவன் முகத்தில்
தண்ணீர் தெளித்தாள் அவன் விழிக்கவில்லை,

மூச்சு இருந்ததா என்று ஒரு மாமன் பார்த்தான். இருந்தது.

"ஆஸ்பித்திரிக்கு போயிடுவோமா" என்று ஒரு அத்தை கேட்டாள். "இவன் நடிக்கிறான்" என்றான் ஒரு மாமன். "என் வாழ்க்கை நாசமா போச்சு" என்றாள் அங்காளத்தாள்.

ஆஸ்பத்திரியில் அவன் மண்டைக்குள் கதிர்கள் வீச்சி. என்ன கோளாறு நடைப்பெற்றிருக்கும் என்று பார்க்க அனைவரும் ஆவலோடு இருந்தனர். மருத்துவர் அனைவரையும் பார்த்துவிட்டு

"ஒன்னும் worry பண்ணிக்காதீங்க…everything will be fine…" என்று கூறிவிட்டு சென்றார்.

அனைவரும் சற்று அச்சத்திலேயே தான் இருந்தனர். அவன் கண்கள் மூடிக்கொண்டே தான் இருந்தது.

இன்னும் அவன் அந்த ஹைவேயில் வண்டிகள் அங்கும் இங்கும் செல்வதை கண்டுகொண்டே தான் இருக்கிறான். சிகரெட்டை நன்கு இழுத்து விட்டுக்கொண்டிருந்தான் ஆனால் அதில் புகையிலை வாடை துளியும் இல்லை லேசான பின்யயில் நாற்றம் தான் இருந்தது. அதையும் அவன் கண்டுகொள்ளவில்லை ஒரு முறை

சிகரெட்டை கண்ணால் பார்த்துவிட்டு மீண்டும் புகைக்க துவங்கினான். அவனுக்கு பின்னால் ஒரு நாய் குரைத்தது.

"அங்காளத்தாள் வாழ்க்கையே காப்பேத்துரேன்னு போய் நாம கொலைகாரனா மாறி நிப்போம் போல" என்றான் ஒரு மாமன்.

"ஒரு பேச்சுவார்த்தைல ஆரம்பிக்கனும் பா எப்பவும்...எடுத்தோனே நம்ம கோவத்தெல்லாம் காட்றேன்னு ஆரம்பிச்சா" என்றான் இன்னொரு மாமன்.

இரண்டு நாய்கள் மிகத்தீவிரமாக அவனை பார்த்து குரைத்துக்கொண்டே இருக்க அவன் எழுந்து அவன் இல்லத்தை நோக்கி விரைகிறான்.

சூரியனை சற்று மேகம் மூடிக்கொண்டிருக்க அவன் மரத்தடியிலேயே நடந்துக்கொண்டிருந்தான். மேலே பறவைகள் கீச்சல்களை வியாபித்துக்கொண்டிருக்க. லேசாக பசி அவனை வாட்டியது. வயிற்றைத் தடவிக்கொண்டே மேலும் நடக்கத்துவங்கினான். ஒரு வயலின் ஓரமாக மரத்தடியில் அங்காளத்தாள் அமர்ந்திருந்தாள். அவளை நெருங்கிப் பார்க்கும் போது

அவளருகில் இருக்கும் தூக்குச்சட்டியை பார்த்தான்.

"கொஞ்சும் சோறு இருக்குமா" என்றான்.

"எல்லாம் தீர்ந்து போச்சே" என்று சட்டியைத் துரந்து காண்பித்தாள்.

"சரி...நான் வரேன்" என்று கிளம்பினான்

"எங்க போற" என்றாள் அங்காளத்தாள்.

"ஊர்ல வேற ஆளு கிடைக்கலையா டி உனக்கு...இந்த விளங்காதவனுக்கு வாக்குபட்டாவனும்னு ஏன் இந்த துடி துடிக்க" என்று கிழவி கேட்க, படுத்திருக்கும் செக்கையனையே கண் கொட்டாமல் பார்த்துக்கொண்டிருந்தாள் அங்காளத்தாள்.

அவனை பார்த்து மற்றொரு நாய் குரைத்துக்கொண்டே இருந்தது.

"ஏன் அந்த நாய் குரைக்குது" என்று கேட்டாள் அங்காளத்தாள்

"அதுக்கும் என்ன மாதிரி பசி போல" என்றான்.

"நான் வேணா வீட்டுக்கு போய் சோறு பொங்கி கொண்டு வரவா" என்று கேட்டாள்

"இல்ல...நான் வெளிய போய் திண்ணுக்குறேன்...நீ பொங்கி கொண்டு வரதுக்குள்ள நான் இருப்பேனோ என்னவோ என்றான்.

தன் தொடைக்கு கீழ் இருக்கும் மாங்காயை எடுத்து அவனிடம் நீட்டினாள்

"இந்தா இப்போதைக்கு இதை சாப்பிட்டுட்டு இரு" என்றாள் சிரித்துக் கொண்டே.

"நான் என் வீட்டுக்கே போய் திண்ணுகிடுதேன்... பக்கத்து வீட்டு அக்கா ஆக்கி வெச்சிட்டு போயிருக்கும்" என்று கிளம்பினான்.

"நானும் வரேன்" என்றாள்.

"எங்க" என்றான்.

"உன் வீட்டுக்கு தான்" என்றாள்.

"இங்க பாரு மா தேவையில்லாம என்ன பெரிய வம்புல மாட்டி விட்டுட்டு போயிறாத...நானே இந்த ஊரை விட்டு கிளம்புர நோக்குல இருக்கேன்...நீ பாட்டுக்க வந்து அக்கம்பக்கம் பேச்ச இழுத்துட்டு போனா...விளங்குனாப்ல தான்" என்று நடக்க ஆரம்பித்தான். அவனுக்கு பின் நான்கு நாய்கள் குரைத்துக்கொண்டே அவனை நோக்கி ஓடி வந்தன.

அங்காளத்தாள் கல்லெடுத்து சட்டென அதன் மேல் வீசி "ஓடு எல்லாம்" என்று விரட்டி விட அனைத்து நாய்களும் கத்திக்கொண்டே சென்றது.

அத்தைகள் அனைவரையும் பார்த்து "ஒத்தாசைக்கு யாரும் வேணாம்…கிளம்புங்க" என்று அனுப்பிவிட்டு மாமன்களின் குற்றச்சாட்டுகளுக்கு பதிலளித்துக்கொண்டிருந்தாள் அங்காளத்தாள்.

"நீங்க என்ன இவன் கூட சேத்து வெக்க வந்தீங்களா இல்ல அவன் பிறப்பு என் குணத்துல லாம் சாணி வாரி இரைக்க வந்தீங்களா" என்றாள்.

கிழவி சினம் கொண்டாள் "நீ என்னடி பெரிய யோகிய சிறுக்கி மாதிரி பேசிக்கிட்டு இருக்க… முறையா எங்க கிட்ட வந்து சொன்னியா…யாரு என்னனு…அரிப்பு எடுக்குது கட்டி வைங்கனா, ஒருத்தன் இருக்கான் குடும்பதுல அவன் கூட சேர்த்து வெச்சிருக்க போறோம்…இப்படி எவன் கூடையோ படுத்து எந்திரிச்சி வந்துட்டு… இப்போ அவனும் உன்னைய கட்டிக்க மாட்டேங்குறான்…இப்போ என்ன செய்ய போற…வீட்டுல என் கல்யாண சேலை கிடக்கு, கட்டிக்க, உன் தாத்தா ஓட பழைய டார்ச்லைட்டு

இருக்கு...போய் ரோட்டுல அடிச்சி
பொழச்சிக்குறியா" என்று கிழவி நெருப்பை
அள்ளி வார்த்தையாக கொட்டினாள்.

அங்காளத்தாள் கண்களில் நீர் சுரக்கத்
துவங்கியது. அவள் வாழ்வில் தன் கணவன்
எப்படி இருக்க வேண்டும் என்று கோட்டை
கட்டத் துவங்கிய நாள் முதல் அவள்
செக்கையனை பார்த்து வருகிறாள். எப்போதும்
அவன் ஒரு விந்தையாகவே இவளுக்கு தெரிந்து
வந்தான். பெரும்பாலும் ஊர் திருவிழாக்களில்
செக்கையனின் ஆட்டம் இல்லாமல் இருக்கவே
இருக்காது. பக்கத்து ஊர்களிலும் ஆடலுக்கு
செக்கையன் மற்றும் அவன் நண்பர்களை தான்
பெரும்பாலும் கூப்பிட்டு வந்தனர். மிக இள
வயதிலேயே பிழைக்கும் வழியை கண்டு
கொண்டதால் அவன் பள்ளியை அவ்வளவு நம்பி
இருக்கவில்லை அதே நேரம் அவன்
திறமையையும் அவன் முழுதாக நம்பி
இருக்கவில்லை. அவனுடன் ஆடும் சில
நண்பர்களை மட்டுமே நம்பி இருந்தான். இள
வயதில் அவன் உருவமும் அவன் உடலை அவன்
பயன்படுத்தி ஆடும் விதமும் அனைவரையும்
கவர்ந்தது, அங்காளத்தாளையும் சேர்த்து.
ஒவ்வொரு நிகழ்ச்சிகளிலும் புதிது புதிதாக
ஆட்டத்தை ஆடி சுவாரஸ்யம் குறையாமல்
பார்த்துக்கொண்டான் வளர வளர அவன்

உடலும் முகமும் மாறியது. அதிகமான சோறு, மது, புகை என முகமும் லேசாக மங்கத் துவங்கியது. அவனின் நண்பர்கள் ஒவ்வொருவராக ஊரை விட்டு வெளியே சென்று வேறு பிழப்பைத் தேடிக் கொண்டனர். நிகழ்ச்சிகளிலும் இவனை கூப்பிடுவது முற்றிலும் இல்லாது போயிற்று. அவன் குழந்தை நட்சத்திரம் தான் என்றும், இப்போது அவன் குழந்தை இல்லை என்பதையும் உணர்ந்து கொண்டதால் எவரும் அவனிடம் ஈர்ப்படையவில்லை. அங்காளத்தாள் அவன் சரிவை நன்கு பார்த்து வந்தாள். அவனுடன் கற்பனையில் மனைவியாகவே வாழ்ந்து வந்த அவளுக்கு அவனின் இந்த வாழ்க்கைப் பகுதியில் துணை நிற்க வேண்டும் என்று தோன்றியது.

நாயை துரத்தி விட்டு அவன் பின்னே நடந்து சென்றாள். அவனுக்கு பசி வயிற்றை கிள்ளியது. குளம் தாண்டி கோவில் அருகே வைக்கப்பட்ட மோர் பந்தலில் சற்று மோர் வாங்கி குடித்தான். ஆனால் தாகம் இன்னும் கூடிற்று.

"நீ மோர் குடிக்குறியா" என்றான். "இல்ல எனக்கு ஒன்னும் வேணாம்" என்றாள். இருவரும் மேலும் நடந்துச் சென்றனர். ஏதோ சாலையில் நிறுத்தப்பட்ட அந்த துருப்பிடித்த மிதிவண்டியை

பார்த்துக்கொண்டே நடந்தான். வீடும் வந்தது.
உள்ளே செல்ல அங்காளத்தாளும் வந்தாள்.

"யார் பார்த்து என்ன ஆக போகுதோ" என்று
புலம்பினான்.

"யாரும் பார்க்கலை…நீ போ" என்று அவனை
உள்ளே தள்ளினாள். அடுப்பங்கறையை திறந்து
பார்க்க அங்கு ஒரு நாய் நின்று
குரைத்துக்கொண்டிருந்தது.

"இவன் மட்டும் எழும்பட்டும்… கழுதை… எங்க
வீட்டு சிறுக்கியோட எப்படி வேணா சீரழினு
ரெண்டுத்தையும் கட்டி வெச்சி அத்து விட்றனும்"
என்று மாமன் கன்னம் துடிக்க கூறினான்.

அங்காளத்தாள் அவனை பார்த்து "எதுக்கு
கட்டிவெச்சிட்டு அக்கனும்னு நினைக்குறீங்க…
இப்பவே அத்துட்டு போக வேண்டியதானே"

"கடமை டி… இத்தனை ஆம்பளைங்க இருந்தும்
வயசு பொண்ண தெவுடியா ஆக்கிட்டாங்க நு
ஊர் காரி துப்பனுமா…இவன் கட்டலனா உன்ன
எவன் கட்டிகிடுவான்னு நினைக்க…"

அங்காளத்தாள் அவனை காதலித்தது தவறு
என்று இன்னும் வருந்தவில்லை. அவனின்
நிலையை எண்ணி மேலும் சோகமடைந்தாள்.

அவளுக்கு முன் படுத்திருக்கும் அவன் எழுந்துவிடக்கூடாதா என்ற ஏக்கம் ஒரு புறம் இருந்தாலும், அவன் தன்னை ஏற்க மறுத்ததை எண்ணி அச்சம் கொண்டாள்.

நாயை அங்காளத்தாள் விரட்டி விட்டும் அது வெளியில் சென்று குலைத்துக்கொண்டு தான் இருந்தது. அடுப்பங்கரையில் அனைத்து சட்டியும் காலியாக இருந்தது.

"நான் அப்பவே சொன்னேன்...வீட்டுல இருந்து கொண்டுட்டு வாரேன் நு" என்று அங்காளத்தாள் காலிச் சட்டிகளை மீண்டும் திறந்து பார்த்து கூறினாள்.

"பரவாயில்லை இப்போ எனக்கு பசி அடங்கிருச்சு" என்று கிளம்பினான்.

"இரு" என்றாள் அங்காளத்தாள். வெளியில் நாய் இன்னும் குலைத்துகொண்டே இருந்தது.

மாமன் ஒருவன் "அவன் ஒருத்தன் தானா இல்ல இன்னும் எவன் கூடையாவது படுத்துறுக்கியா" என்றான்.

அங்காளத்தாள் எந்த பதிலும் கூறாமல் அவனையே பார்த்துக் கொண்டிருந்தாள். இது அவளால் தான் ஆரம்பித்து என்றாலும்.

செக்கையனுக்கு அங்காளத்தாள் மீது ஈர்ப்பு இல்லாமல் இல்லை. அங்காளத்தாளை அரசல் புரசலாக ஆங்காங்கு ஊரில் பார்த்து வந்தாலும். அவனுக்கு யாரும் இல்லாதபோது அவளே இவனிடம் வந்து பழக ஆரம்பித்த நாள் முதல் அவனுக்கு இவள் இஷ்டமாகவே இருந்தாள் எனினும் செக்கையனிடம் இருந்த பிரச்சினை யாதெனில் அவனுக்கு எதிர்காலத்தை நோக்கிய பார்வை இல்லை.

நாம் இப்படி இருக்க வேண்டும், இதெல்லாம் நமக்கு வேண்டும், எவ்விடத்தில் எம்மாதிரி இருக்க வேண்டும் போன்றவை எதுவும் இல்லை. அவன் தோல்விக்கு அதுவும் ஒரு பெரிய காரணமாக இருக்கலாம். பக்குவமடைதல் என்பது பெரிதளவும் நமக்கு வந்து சேரும் இன்ப துன்பங்களை நாம் எவ்வாறு கையாளுகிறோம் என்பதில் இருக்கிறது. ஆனால் அவனின் முக்கியமான வயதில் இவ்விரண்டையும் அவன் கையாளவில்லை. அவன் நண்பர்களே அதை செய்தனர். அர்த்தமற்ற நம்பிக்கை பேச்சுகளாலும் தத்துவங்களாலும் அவன் நிரப்பப்பட்டான். வாழ்க்கை என்பது இயக்குவதற்கல்ல இயங்குவதற்கு என்று நம்பினான். தன்னை தேடி வரும் விஷயங்களை தவிர்த்து வேறு எந்த முயற்சியும் அவன் தனியே எடுக்கவில்லை. இயற்கையாக நதி போல ஓடும்

காலத்தில் அவனும் மிதந்து வந்தான். நான் தான் மிதக்கிறேன் அப்படி மிதப்பதே ஒரு வேலை என்று நினைத்தவனுக்கு காலத்தின் சாரமே அனைவரையும் அதன் போக்கில் படகுகள் போல் மிதக்கவிடுவது தான் என்பது அவனுக்கு எட்டவில்லை. இதனால் அங்காளத்தாள் மீது அவனுக்கு இருந்த பற்று வெறும் பற்றாகவே இருந்ததே தவிர அது காதலாகவோ அல்லது எதிர்காலத்தின் நிலைப்பாடாகவோ அதை அவன் கணக்கிடவில்லை. அவன் எதிர்காலத்தில் அவன் மட்டுமே இருந்தான்.

நாய்களின் சத்தத்தால் அங்காளத்தாளும் செக்கையனும் பெரிதளவில் பாதிக்கப் படவில்லை.

"இங்க வேணாம்...நாய் குலைச்சிகிட்டே இருக்கு...எனக்கு தலை வெடிக்குற மாதிரி இருக்கு... அது மட்டும் இல்ல" என்றான் செக்கையன்.

"வேற என்ன" என்று அங்காளத்தாள்

"இன்னும் கொஞ்ச நேரத்துல பக்கத்து வீட்டு அக்கா வருவாங்க இல்ல யாராவது கதவை தட்டுவாங்க...நம்ம வேற இடத்துக்கு போலாம்" என்றான்.

"முதல்ல போ போன்னு விரட்டுன...இப்போ என்ன" என்றாள்.

"சரி வேணா விடு" என்றான். " சரி வா" என்றாள். நாய்கள் குலைத்தன

மருத்துவர் வந்து பரிசோதித்துக் கொண்டிருக்க

"படியில இருந்து இறங்கி வந்தாரு அப்புரம் கால் தட்டி புரண்டு விழுந்து இப்படி ஆயிடுச்சு யா" என்றான் ஒரு மாமன்.

"எதுவும் பிரச்சினை இல்லையே" என்றான் இன்னொருவன்

"வீட்டுக்கு கூட்டிட்டு போலாமா" என்றான் இன்னொருவன்

மருத்துவர் காதை பார்த்தார். லேசாக இரத்தம் கசிந்தது.

"சிஸ்டர்....இதை பாத்தும் ஏன் என் கிட்ட சீரியஸ் இல்லனு சொன்னீங்க" என்று கூற அந்த நர்ஸ் கொஞ்சும் பதற்றத்துடன் மீண்டும் அவனின் காதை பார்த்து

"அப்போ இல்ல டாக்டர்...இது தாமதமா வந்துருக்கு" என்றாள்.

"என்ன சிஸ்டர் பொறுப்பே இல்லாம…ச…admit him…உடனே scan எடுத்து கொண்டு வாங்க" என்று கூறி விட்டு விறுவிறுவென நடந்தார்.

நர்ஸ் இரண்டு பணியாளார்களை அழைத்து செக்கையனை இடமாற்றினார். அங்காளத்தாளுக்கு மேலும் பயம் பீடித்தது.

சற்று நாய்கள் தூரமாக சென்று குலைக்கவும், செக்கையனும் அங்காளத்தாளும் வெளியே நடக்கத்துவங்கினர்.

"எங்க போறோம்" என்றாள்.

"கிணத்துக்கு" என்றான்.

அந்த கிணற்றின் உரிமையாளர் கற்பூரசுந்தரன் சற்று சோம்பேறி. அவனுக்கு ஏற்றவாறு அவன் வீட்டிலும் செல்வச் செழிப்பு குறைந்ததில்லை. அவனை பற்றி என்றும் ஊர் பெரிதாக பேசியதில்லை. இப்படி ஒருவன் இருக்கிறான் என்ற நினைவே அவனை நேரில் பார்த்தால் தான் தோன்றும். அவன் கிணறு வற்றியவுடன் அதை சரி செய்யாமல் விட்டு ஆறு ஏழு வருடங்கள் ஆனது. ஒரு மாடு ஏற்கனவே அங்கு இறந்ததால். அந்த நிலத்தில் மேய்ச்சலுக்கும் எதையும் அனுப்புவதில்லை. இதை அறிந்த செக்கையன்

அன்று அங்காளத்தாளை அங்கு கூட்டிச்
சென்றான்.

முதலில் அவன் இறங்கி பின் கை கொடுத்து
அங்காளத்தாளை இறக்கி விட்டான். இருவரும்
நிலத்தில் அமர்ந்து மௌனமாய் இருந்தனர்.
செக்கையன் அங்காளத்தாளின் தோளை
பிடித்தான். அங்காளத்தாள் சற்று யோசித்தாள்.

"இப்படியே எத்தனை நாள் போறது…நாம
பேசாம கல்யாணம் பண்ணிக்கலாமே" என்றாள்.

செக்கையன் கையை எடுத்தான். "என்
நிலமைக்கு உன் வீட்டுல உன்ன எனக்கு
கட்டிகொடுப்பாங்களா?"

அங்காளத்தாள் அமைதியாக இருந்தாள்.
செக்கையன் " எனக்கு எதாவது வழி பொறந்தா
தான் கல்யாணத்தை பத்தியே நான் யோசிக்க
முடியும்" என்றான்.

கிணற்றின் மேல் பல நாய்கள் அவர்களை
பார்த்து குரைத்தது.

"நாய்ங்கலாம் ஏன் உன்ன பார்த்து குலைக்குது"
என்று கூறிவிட்டு அங்காளத்தாள் மறைந்தாள்.
எங்கே சென்றாள் என்று அவன் தேட அவள்
மீண்டும் கீழே மேலாடை இன்றி இருந்தாள்.

இன்னொரு செக்கையன் அவள் மீது படுத்துக் கிடந்தான். செக்கையனுக்கு தலை வலி அதிகரித்தது. தலையை அவன் பிடித்துக் கொள்ளும் போது அது கொப்பறை தேங்காயை தொடுவது போல் உணர்ந்தான். அதை அடித்து உடைக்க வேண்டும் போல் இருந்தது.

நாய்கள் அவர்களை பார்த்துக் குரைத்துக் கொண்டே இருந்தன.

செக்கையனுக்கு கை கால்கள் உதற ஆரம்பித்தது. நர்ஸ் ஊசியைப் போட்டு டாக்டருக்கு அழைப்பு விடுத்தாள்.

அங்காளத்தாளுக்கு பதற்றம் எல்லை மீறியது. கிழவி அவள் அருகில் வந்து கையைப் பிடித்துக் கொண்டாள்.

"அவன் புழைக்கனும்னு வேண்டிக்க மா... அவனை கூட்டிட்டு இந்த ஊரை விட்டு போயிடு... " என்றாள். கிழவியின் உணர்வு அங்காளத்தாளுக்கு புரிந்தது. செக்கையனின் விருப்பம் அறியாமலேயே அவனிடம் எதுவும் கேட்காமல் ஒரு பரிபூரண மனைவியாக வாழ்ந்து வந்தாள். அவள் எந்த நினைவை பார்க்கக்கூடாது என்று நினைத்தாளோ அதை பற்றி மீண்டும் யோசித்தாள்.

செக்கையனோடு புணர்ச்சியின் உச்ச உரசலில் இருந்த போது தூரத்தில் இருந்து வரும் சலசலப்பு சப்தம் கேட்கவில்லை தான்.

அன்று காலமும் அவர்களுக்கு எதிராய் இருந்தது. கற்பூரசுந்தரன் கிணற்றை மீண்டும் தூர்வாறி சரி செய்ய முடிவெடுத்து அதற்கு பூஜை போட பூசாரியோடும், சுற்றி நிலத்தில் வேலை பார்க்க ஊர் ஆட்களோடும், வந்தவர்கள் சற்று கிணற்றை பார்த்து திடுக்கிட்டே போனார்கள். அவர்களை குறை கூற ஒன்றுமில்லை, எவரும் வீட்டிலிருந்து புறப்பட்டு செக்கையனின் பின்னங்குண்டியை ஆவலோடு பார்க்க வரவில்லை. அவர்களை பார்த்த அடுத்த விநாடி அங்காளத்தாள் செக்கையனை அணைத்து தன் மானத்தை காப்பாற்றிக் கொண்டாலும் அவளின் முகத்தை மறைக்க முடியவில்லை. ஊர் காரர்களும் நாகரிகமாக சட்டென ஒரு சேர அவ்விடத்தை விட்டு நகர்ந்தனர்.

கற்பூரம் சற்று விலகி நின்று "வெளிய வாங்க யா…பூஜை போடனும்" என்றான். பூசாரி "இன்னிக்கு அவங்க பூசைய முடிக்கட்டும் நம்ம இன்னொரு நல்ல நாள்ல வருவோம்" என்று கூறிவிட்டு சிரித்துக்கொண்டே கிளம்பினார். கற்பூரமும் தலையில் அடித்துக்கொண்டு கிளம்ப

சிலர் மட்டும் அவர்கள் வெளியேறுவதை பார்த்து
சிரித்துவிட்டு புறப்பட்டனர்.

அங்காளத்தாள் புடவையை சரி செய்து
கொண்டாள். உள்ளே சென்ற மருத்துவர்
வெளியே வந்து அங்காளத்தாளை பார்த்தார்,
பின் கிழவியின் அருகே வந்து அவள் கையைப்
பிடித்துக் கொண்டு "என்ன மன்னிச்சிருங்க…
அவர் உயிருக்கு எந்த சேதமும் இல்ல, அவருக்கு
ஒரு காது மட்டும் கேக்காது…பாத்துக்கோங்க"
என்று கூறிவிட்டு புறப்பட்டார்.
அங்காளத்தாளுக்கு கண்ணீர் கொட்டியது.
கிழவி அங்காளத்தாளை அணைத்துக்
கொண்டாள்.

செக்கையன் கண் திறந்த பிறகு. ஒரு காது
செயல்படாது என்ற உண்மையை கேட்டான்.
அவனுக்கு இரண்டும் கேட்காமலேயே
போயிருக்கலாமோ என்ற எண்ணம்
வந்திருந்தாலும். கிழவி அங்காத்தாளை
அழைத்து அவன் கையில் அவள் கையை
சேர்த்தாள். செக்கையன்
இருகபற்றிக்கொண்டான்.

நீர் வானம்

எங்கோ தூரத்தில் நாய்கள் குலைத்துக்கொண்டிருக்க, அறைக்குள் தன் வாழ்க்கையைப் பற்றி யோசித்துக்கொண்டிருந்தான் சிவசுப்பிரமணியன்.

"பிறக்கிறோம்,இறக்கிறோம் இதற்கு ஏன் நாம் சிரமப்பட்டு வாழ்க்கையை வாழ வேண்டும். உணவு இருக்கிறது. நிழல் இருக்கிறது. உடைகள் போதுமானவை இருக்கின்றன. நல்ல கக்கூஸும் இருக்கிறது. குரோதம் வந்தால் தம்பியை அடிக்கலாம். தாய் தந்தைக்கு நாம் பிறந்திருக்கிறோமா என்ற சந்தேகம் கூட இப்போதெல்லாம் வருவதில்லை. நானே சென்று தான் உணவு உண்கிறேன். மதிப்பெண் அறிக்கையிலும் நான் தான் கையெழுத்து இடுகிறேன். அப்பா சிறிதும் கண்டுகொள்வதில்லை. தம்பிக்கும் நானே தான் கையெழுத்திட்டு வருகிறேன். இதற்கு மேல் வாழ்க்கையில் என்ன நடக்கும். அன்று ஒரு நாள் ராஜா மாமா "நீ வளர வளர உனக்கு சுதந்திரம் பெருகும்" என்றார். நான் இப்போதே சுதந்திரமாக தானே இருக்கிறேன். ஒரு வேளை என் அம்மாவும் அப்பாவும் இறந்து விட்டால்?

அப்போது இதே நிழல், உடை, உணவு, கக்கூஸ் இருக்குமா. சந்தேகம் தான். ஆனால் மாமா வீட்டில் இருக்கலாம். மாமாவிற்கும் விரைவில் திருமணம் நடக்கவிருக்கிறது அப்போது அத்தை நம்மை கொடுமை படுத்த துவங்குவார் அல்லது நல்ல அத்தை கூட வரலாம். அப்பா போல் இல்லாமல் மாமா நம்முடன் விளையாடுவார். நல்ல அத்தையாக அமைந்தால் அவர்களையும் சேர்த்துக்கொள்ளலாம். சூனிய அத்தையாக இருந்தால், இப்போது வந்த அத்தை முக்கியமா அல்லது பன்னிரெண்டு வருடங்களாக பழகும் நான் முக்கியமா என்று மாமாவிடம் நியாயம் கேட்கலாம். கிடக்கட்டும். ஏதேனும் கொரிப்போம்" என்று சுப்பிரமணியன் தன் மெத்தையில் இருந்து எழுந்து சமையலைறைக்கு நடந்தான்.

வெளிச்சம் மங்கிய சமையலறையில் மாலை வெயில் லேசாக ஜன்னல் வழியே அப்பெரும் அலமாரியின் கதவை சூடேற்றிக்கொண்டிருந்தது. அக்கதவை திறந்து கீழ் அடுக்கில் கால் வைத்து, மற்றோரு காலை அடுத்த அடுக்கில் வைத்து ஏறி, உச்சி அடுக்கில் இருக்கும் பெரிய சம்படத்தை கடினப்பட்டு தன்னை நோக்கி தன் விரல்களை கொண்டு உருட்டி உருட்டி நகர்த்தினான், அருகே

வந்தவுடன் சட்டென இரு கைகளால் அதை
பிடித்திழுத்து கீழே குதித்தான். "இன்னிக்கும்
கீழ விழாம தப்பிச்சிட்டோம்" என்று நினைத்து
சம்படத்தை திறந்தான். எண்ணை வாடை
அடிக்கும் முருக்கு, மாவும் நெய்யும் கலந்து
மணக்கும் பிஸ்கெட்டுகள், என்ன வாடை என்றே
தெரியாமல் வாழும் வருத்த பட்டாணி, அச்சு
முறுக்கு, தேன் மிட்டாய், வருத்த கடலை, மிச்சர்
போன்றவை பிரித்தும் பிரிக்காமலும் கிடந்தன.
அதை அப்படியே எடுத்துக்கொண்டு தன்
அறைக்குச் சென்றான்.

சூரியன் கொஞ்சும் கொஞ்சுமாக கீழே இறங்கிக்
கொண்டிருக்கையில் சிவசுப்பிரமணியின் தம்பி,
சுகந்தன் மணல் கரைகளுடன் வீட்டிற்குள்
கதவை திறந்து கொண்டு நுழைந்தான். அவன்
கண்கள் தன் அண்ணனை பயம் கொண்டு தேட
உடனே சுப்பிரமணி "டேய்" என்று அழைத்தான்.
சத்தத்தின் திசையை நோக்கி சுகந்தன் நடந்து
அந்த அறையை அடைய, கட்டிலின் மேல்
சிவசுப்பிரமணியன் அமர்ந்து கொண்டு அவனை
நோட்டமிட்டான். சட்டையின் வலப்பக்கத்தில்
ஒரு பாசிக்கரை தேய்த்திருந்தது, டவுசரிலும்
அதே கரை. முழங்கைகள் இரண்டிலும் சாம்பல்
நிற சிமெண்ட் போன்ற பூச்சுக்கள், இவை
அனைத்தையும் விட அவன் முகத்தில் இருக்கும்

பயம் தான் வித்தியாசமாக இருந்தது சிவசுப்புவிற்கு. அந்த முகத்தில் பயத்தின் பல ஸ்வரூபங்களை கண்டவனுக்கு இது ஒரு வினோதமும் பயமும் ஒன்றாய் கூடி அமர்ந்ததை போல் தெரிந்தது. ஏதோ ஒன்று அந்த பயத்திற்குள் ஒலிந்துக்கொண்டு "என்னை கண்டு பிடி, கண்டு பிடி" என்று மந்தகாசத்தில் அழைப்பு விடுத்துக்கொண்டிருந்தது.

"எங்க டா மேஞ்சிட்டு வர" என்றான் அண்ணன்.

"இங்க பார்க்குல விளையாடிட்டு வரேன் ணா" என்றான் சுகந்தன்.

"பொய்" என்றான். "இல்ல ணா" என்று சுகந்தன் எச்சி விழுங்கினான். அவன் முகத்தைப் பார்க்கையில் சிவசுப்புவிற்கு கோவம் மலலயை பிழந்து கொப்பளித்தது. அவர்களுக்குள் உள்ள இடைவெளியை வெறுத்தான். அந்த கோபம் அவன் மீது மட்டுமின்றி இந்த உலகத்தின் மீதும் மற்றும் அவன் பெற்றோர்கள் மீதும் முக்கியமாக அவனுக்கு நேற்று வந்த கனவின் மீதும் வைத்திருந்தமையால் மொத்தமாக கொட்டுவதற்கு கட்டிலில் இருந்து வேகமாக எழுந்து அவனை நெருங்கி. அந்த பச்சை நரம்புகள் ஓடும் சிவந்த கண்ணங்களை அவன்

கைகள் கொண்டு பளார் என அரைந்தான்.
சுகந்தன் இரு கைகளாலும் அவன் ஒரு
கன்னத்தை பற்றிக்கொண்டு கீழே மண்டியிட்டு
அலறி அழுதான்.

"டேய்...அழுவாத டா" என்று அவன் முட்டியை
இவன் காலால் உதைத்தான். சுகந்தனுக்கு
மொத்த வாழ்வும் இருண்டு போனது. அவன்
அழுவதையே நினைத்து நினைத்து மீண்டும்
அழுகை வந்தது. தன் மேல் தனக்கு இருக்கும்
இரக்கம் தன் அண்ணனுக்கும்
வந்துவிடக்கூடாதா என்ற ஏக்கத்திலும் இன்னும்
அழுதான். சிவசுப்பிரமணி அவன் வாயை
சட்டென பொத்தி,

"போதும் டா நிறுத்து" என்றான்.

அழுகை அடங்கவில்லை. எப்போதும் இவன்
அடி பழகி இருந்தாலும். இம்முறை அது மேலும்
பலப்பட்டிருந்ததை நன்கு உணர்ந்தான்.

"சந்தோஷம் ஒண்ணு தானே கேட்டேன்" என்று
ஏதோ ஓர் குரல் சுகந்தனுக்குள் ஒலிக்க,
அவனால் அழுகையை நிறுத்த முடியவில்லை.

"டேய்...மன்னிச்சிரு டா...கத்தாத...இனிமே
அடிக்க மாட்டேன்...அழுவாத" என்றான்

சிவசுப்பையன். கொஞ்சும் மூச்சு உள்ளே சென்று விம்மலில் அழுகை வந்தது.

"கண்டிப்பா பக்கத்து வீடு வரைக்கும் கேட்டிருக்கும்" என்றான். சுகந்தன் கத்தவில்லை என்றாலும் அவன் கண்களில் கண்ணீர் ஓடிக்கொண்டே தான் இருந்தது. "சந்தோஷம்...சந்தோஷம்...சந்தோஷம்..." என்று அவன் மனதிற்குள் அந்த வார்த்தைகள் ஓடிக்கொண்டே இருந்தது.

சிவசுப்பையன் சம்படத்தை திறந்து. இரண்டு நெய் பிஸ்கட்டுகளை எடுத்து வந்தான். "இந்தா...இதை சாப்புடு" என்று அவன் வாயருகே ஊட்டச் சென்றான். கண்ணீரால் நனைந்த அந்த உதடுகள் பிஸ்கட்டையும் நனைத்தவுடன் லேசாக வாயை திறந்தான் சுகந்தன். அதை முதல் கடி கடித்ததும். அவன் மனதுக்குள் மீண்டும் "சந்தோஷம்...சந்தோஷம்" என்று ஓடிக்கொண்டிருந்தது. இன்னும் பெரிய கடி கடித்தான்.

"இனிமே அடிக்க மாட்டல்ல" என்று விம்மல் குரலில் கேட்டான். சிவசுப்பனுக்கு அதற்கு பதில் கூற சற்று தயக்கம் ஏற்பட்டது. அவன் கண்களில் சுகந்தனுக்குள் ஒளிந்திருக்கும் அந்த

உருவம் இன்னும் "என்னை கண்டு பிடி" என்று
கூப்பிட்டுக்கொண்டே தான் இருந்தது.
இருப்பினும் அவன் அழுகுரல் அவன் நினைவுக்கு
வரவும்.

"மாட்டேன். என்கிட்ட ஏன் பொய் சொன்ன?"
என்றான். "நான் பொய் சொல்லலை" என்று
சுகந்தன் பிஸ்கட்டை மேலும் மெல்ல
துவங்கினான்.

"எப்படி இவ்ளோ கரை"

"விளையாடிட்டு தான் வந்தேன்"

"எங்க விளையாடுன" என்று சிவசுப்பு கேட்க.

"கிரௌண்டு பக்கம்" என்று பிஸ்கட்டை
விழுங்கிக்கொண்டே கூறினான்.

"சரி" என்று சிவசுப்பு அந்த கரைகளை மீண்டும்
பார்த்தான். யாரோ கதவை தட்டிட,
அதிர்ச்சியின்றி சிவசுப்பையன் சென்று
பார்த்தான். சற்று நடு வயதை எட்டிய அந்த
பெண். விரிந்த தலையுடன், கையில் சீப்போடு
வீட்டை முறைத்த வண்ணம் நின்று
கொண்டிருந்தாள்.

"என்ன டா படவா, திரும்ப தம்பியை அடிச்சி அழ வெக்குறியா" என்றாள். சிவசுப்புவிற்கு மீண்டும் கோவம் உள்ளிருந்து கொப்பளித்தது. "நீ தான் இவனை பெத்தியா இல்ல நீ தான் சோறு போடுறியா" என்று கேட்க வேண்டும் போல் இருந்தது.

"பிஸ்கெட்டு வேணும்னு அழுதான்... கொடுத்தோனே நிறுத்திட்டான் ஆண்ட்டி" என்றான்.

"பிஸ்கெட்டுக்கு அழுத மாதிரி தெரியலையே... இரு நான் அவனையே கேக்குறேன்" என்று உள்ளே நுழைந்தாள். அவனால் அவளை தடுக்கமுடியயவில்லை. அது அம்மாவின் மறைமுகமான உத்தரவு.

இவளும் அம்மாவும் ஒவ்வொரு வார இறுதியும் தத்தமது கணவன் மார்களை வார்த்தைகளால் சேற்றை வாரி நீராட்டுவர். இவள் கூறும் அறிவுரைகளை அந்த வாரம் அம்மா பின்பற்றுவார். அம்மா கூறும் அறிவுரைகளை இவர் பின்பற்றுவார். அவர்களுக்குள் இருக்கும் மறைமுகமான கருத்து ஒற்றுமை யாதெனில் அவரவர்களுக்கு தற்போது வாய்த்த கணவனும் குழந்தைகளும் இடம் மாறி வாய்த்திருந்தால்

எளிதாக கையாண்டிருப்பர் என்பது.
இக்கரைக்கு அக்கரை பச்சை என்ற தத்துவப்
பிரச்சாரம் ஏனோ இவர்களுக்கு என்றும்
புரியாதிருந்ததாலும் அப்படி புரிந்திருந்தாலும்
இந்த பரஸ்பர சிநேகிதத்தின் அடிவாரத்தை அது
ஆட்டும் என்பதாலும் அதைச் சுற்றிச் சிந்திக்க
இவர்கள் முன்வரவில்லை. ஆதலால் கணவன்
மார்கள் இன்னொரு சிநேகிதியையும்
மனைவியாக ஏற்றுக்கொள்ள முன்வந்தார்களா
என்று தெரியவில்லை என்றாலும், குழந்தைகள்
இவ்விருவரையும் பயத்தின் பேரிலாவது
அம்மாவாக தான் பார்த்து வருகின்றனர்.

பிரமிளா என்னும் இன்னொரு அம்மா இப்போது
அறைக்குள் நுழைந்து சுகந்தனை பார்த்தாள்.
அவன் விளையாட்டு கோலமோ அல்லது
அவனின் கழுவப்படாத பட்டர் பிஸ்கட்
கரங்களோ அவளை அச்சுறுத்தவில்லை.
அவனின் சிவந்த கண்களும் கன்னத்தில்
இருக்கும் கைத்தடமும் அவளுக்குள்ளே ஏதோ
ஒரு பயத்தைத் தூண்ட. சிவசுப்புவை
வினவினாள்.

"என்ன டா குழந்தையை இப்படி அடிச்சிறுக்க"
என்று சுகந்தன் அருகில் சென்று அவன்
கன்னத்தை பார்வையிட்டாள். உதடருகே உள்ள

பிஸ்கட்டு மாவுத் துகள்களை தட்டிவிட்டு அருகே நின்று கொண்டிருந்த சிவசுப்புவைப் பார்த்தாள். அதுவரை இவள் மீது கோபத்துடன் இருந்த சிவசுப்பு அவளின் விரிந்த கண்களையும், கோபத்தில் ஆடும் அவளது கன்னங்களையும் விரிந்த முடியையும் அதற்கு ஏற்றார் போல் அவள் அணிந்திருக்கும் சிவந்த புடவையும் பார்த்து சற்றே பயந்தே போனான். அவளின் கை இவனின் கரத்தை எளிதாக பற்றி அருகே இழுத்தது. அந்த பிடியிலேயே அவளின் குரோதம் இவனை நசுக்க ஆரம்பித்தது.

"என்ன டா நினைப்பு உன் மனசுல...பெரிய பைல்வானா நீ" என்று அவன் எக்கரத்தால் அடித்தானோ அக்கரத்தின் முழங்கை தசையை நன்கு கிள்ளி விட. அதை சிரமப்பட்டு உதறி கதவருகே சென்று நின்று கொண்டான்.

"இன்னிக்கு உன் அம்மா அப்பா வரட்டும்... இருக்கு உனக்கு...நீ வா டா செல்லம்... அண்ணன் கூட இருக்க வேண்டாம்" என்று சுகந்தனை அவன் கையில் வைத்திருக்கும் பிஸ்கட்டோடு அழைத்துச் சென்றாள்.

"இப்படியே தனியா கிடந்தா தான் இவனுக்கு அறிவு வரும்" என்று அவனை திட்டிவிட்டுச் சென்றாள்.

சிவசுப்புவின் மனதில் அவள் சிம்ம சொப்பனமாக தெரிந்தாள். இன்னும் இந்த பிரச்சினை முடியவில்லையே. இந்த நாள் இன்னும் எவ்வளவு நேரம் நீடிக்குமோ என்று பயம் அவனுக்கும் துளிர் விட ஆரம்பித்தது. அந்த அறையில் இன்று இவனால் படுக்க இயலுமா. இந்நேரம் பிரமிளா சுகந்தனை இழுத்துச் சென்று அவள் மகளும், இவன் தோழியுமான, நித்தி என்னும் நித்தியாவிடம் இக்கதையை கூறுவாளே. அவளுக்கு ஏற்கனவே இவனை விட தம்பியின் பேரில் தான் பாசம் அதிகம். அது இன்னும் அதிகரிக்குமே. அனைத்துக்கும் மேல் இன்று அவன் தன் தாயிடம் வாங்கவிருக்கும் அடிக்காக அவளும் கோபத்தின் பேரில் காத்திருக்கலாம். அன்று இரவு அவன் அடி வாங்கவிருக்கும் அந்த அறையில் தன் கண்களை உலாவ விட்டான். இனி ஒரு பொழுதும் இந்த வீட்டில் தனியாய் இருக்க இயலாது. இப்போதே இங்கிருந்து கிளம்ப வேண்டும் என்று கிளம்பினான். வீட்டை பூட்டி விட்டு. பிரமிளா வீட்டு கேட்டின் கம்பிகளுக்கு இடையில் பார்த்தான். சுகந்தன்

நித்தியுடன் அமர்ந்து
விளையாடிக்கொண்டிருந்தான். அவன்
கைகளில் நித்தியின் வெள்ளை ரிப்பன் காற்றில்
பறந்து பறந்து ஆடிக்கொண்டிருந்தது. இவன்
சற்று பின்னே நகர்ந்து வீட்டுச்சாவியை
கேட்டின் மேல் வழி தூக்கி எறிந்தான். சத்தம்
கேட்டு திரும்பிய நித்திக்கு இவன் கம்பியின்
வழியே செல்வது தெரிந்தது. "சுப்பு பைத்தியம்"
என்று அவள் கத்த அந்த உருவம் மறைந்தது.

அந்த தரை உடைந்த சாலையில் தன்
கால்களை அடி மேல் அடி வைத்து, யானை
இரண்டு கால்களால் நடந்தால் எப்படி
நடக்குமோ அது போல நடந்து சென்று
கொண்டிருந்தான். லேசாக அவ்வப்போது காற்று
வீசியது அவனுக்கு ஒரு இதத்தை தந்தது. "ச...
இப்படி பிரச்சினை இல்லாம இந்த மாதிரி
கிளம்பிருந்தா எவளோ நல்லாயிருந்திருக்கும்"
என்று நினைத்துக் கொண்டு பெருமூச்செறிந்து
அந்த பின் தெரு மைதானத்திற்கு சென்று
அமர்ந்தான். என்ன செய்வதென்று தெரியாமல்
அங்குமிங்கும் பார்த்தான். அனைவரும்
வெவ்வேறு குழுக்களாய் பிரிந்து வெவ்வேறு
விளையாட்டுக்களில் ஈடுபட்டிருந்தனர்.

சட்டென அவனுக்கு பின்னால் "ட்ரிங்" என்ற
அந்த சைக்கிளின் மணிச்சத்தம் கேட்க
யாரென்று தெரிந்தது போல ஆனந்தமாக
திரும்பினான்.

"டேய் ஸ்ரீனீ, என்ன டா இங்க" என்றான்.

"என் கூட வா...ஒரு வேலை செய்வோம்"
என்றான் ஸ்ரீனிவாசன்.

"எங்க" என்று முகத்தில் கேள்வி ஒளியை
படறவிட்டான். "எல்லாத்தையும்
நொட்டுவாங்களா...என் அப்பன் மாதிரி
கேக்காம வண்டில ஏறு டா" என்றான்

சிவசுப்புவும் தன் சூழ்நிலையை மறந்து
அவனோடு சைக்கிளில் ஏறினான். அவன் ஏறி
அமர்ந்தவுடன் சற்று கடினப்பட்டு சைக்கிளை
சாலையில் விட்டான் ஸ்ரீனி.

கால்களை அவ்வப்போது சாலையின் மேல்
உராயவிட்டு கற்கள் வருகிறதா மேடு வருகிறதா
என்று பார்த்த வாரே கால்களை
நகர்த்திக்கொண்டு அமர்ந்திருந்தான் சிவசுப்பு.
மீண்டும் அவன் தம்பி முகமும் அவன் வீட்டில்
இன்று நடக்கப்போவதையும் நினைத்து

பெருமூச்செறிந்து கொண்டே இருந்தான். அந்த விரக்தியில்

"எங்க தான் டா போறோம்" என்றான். "வந்துட்டோம் இரு" என்று ஸ்ரீனி இன்னும் வேகமாக சைக்கிளை விரட்டினான். அவன் செல்ல செல்ல சாலைகளில் வீடுகள் குறைந்துக்கொண்டே வந்தது. அனைத்து வீடுகளும் பழைய வீடுகளாய் இருந்தது. மங்கிய மஞ்சள், வெளிரிப்போன பச்சை, சுண்ணாம்பு சாற்றப்பட்ட வீடுகள், வெளிச்சுவர் இல்லாத வீடுகள், துறு பிடித்த வேலி கொண்ட வீடுகள் என பல. சாலையின் ஓரத்தில் இருக்கும் அப்பெரு மரத்தின் பின்னே சென்று சைக்கிளை நிறுத்தினான். கீழே இறங்கி சுற்றி முற்றி பார்த்துக்கொண்டிருந்த சிவசுப்புவைப் பார்த்து சொன்னான்.

"உனக்கு மாங்காவுலயே சுவையான மாங்கா எந்த மாங்கானு தெரியுமா டா?" சிவசுப்பு ஒரு எண்ணைப் பலகாரப் பிரியன் என்பதால் அவனால் யூகிக்க முடியவில்லை. ஸ்ரீனி தன் பொறுமையை பரிட்சிக்க எண்ணாமல்,

"திருட்டு மாங்கா" என்றான்.

கடினமான காய்ந்த இலைகள் அடித்த
காற்றுக்கு தரையை வருடி சப்தத்தை கிளப்பிச்
சென்றது.

இருவரும் ஒரு பழைய வீட்டின் பின்புறம் நின்று
கொண்டிருந்தனர். மத்திய வேளையில்
உறங்கும் பழக்கம் கொண்ட இந்த இல்லத்தில்
பல சிறுவர்களும், பெரியவர்களும்,
அணில்களும், பறவைகளும், பூச்சிகளும்
மாங்காய்க்கும் மாங்கனிக்கும் குறி வைப்பது
வழக்கம். வீட்டில் வசித்துவரும் பாட்டிக்கும்
கணவனை வெளிநாட்டில் கொண்டிருக்கும் நடு
வயது கொண்ட பெண்ணிற்கும் அந்த மரத்தின்
மீது அவ்வளவு ஈடுபாடு இல்லை. அவ்வப்போது
அது கீழே உதிர்க்கும் வடுமாங்காய்களில்
ஊறுகாய் செய்து திண்பதும். அவ்வப்போது
குழம்புகளில் மாங்காய் சேர்ப்பதோடு மரத்தின்
தொடர்பை ஒரு கோட்டில்
வைத்துக்கொண்டனர். கிழவிக்கு மாமரத்தை
பார்க்கும் போதெல்லாம் இல்லாத பேரன் பேத்தி
ஞாபகங்கள் அவள் மனதை உறுத்தும்.
எத்தனையோ கற்பினி பெண்களுக்காக
அவர்களது கணவன் மார்கள் கிழவியிடம்
மாங்காய் வேண்டி வாங்கிச்
சென்றிருக்கின்றனர். வீட்டு விசேஷங்களுக்காக
இலைகளை பரித்துச் சென்றிருக்கின்றனர்.

கிழவியும் இலவசமாகவே அனைத்தையும் கொடுத்து விடுவாள். அப்போதாவது தன் மகளுக்கு நல்வாழ்க்கை அமையுமா என்று. பானுவிற்கு திருமணம் ஆகி பன்னிரெண்டு வருடங்கள் கண்முடி திறப்பதற்குள் கடந்தது. தன் கணவன் மாதமாதம் அவளுக்கு ஒரு சிறிய தொகை தருவதோடு உறவை நிறுத்திக்கொள்வான். காதல் வார்த்தை பரிமாற்றங்களுக்கோ காம தேவைகளுக்கோ அவளிடம் வருவதில்லை. அவன் அதற்காக அந்த நாட்டுப்பெண்ணையே இன்னோரு தாரமாய் வைத்திருக்கிறான் என்பது வதந்தி. சிலர் அவன் துபாயில் இருப்பதாகவும் சிலர் அமேரிக்கா, லண்டன் என்று அவர் அவர் கற்பனைக்கு ஏற்றார் போல் கூறுகிறார்கள் என்பதால் அவன் எந்த நாட்டில் இருக்கிறான் என்பது அவள் ஒருத்திக்கும் கிழவிக்கும் மட்டுமே தெரியும்.

மரத்தின் மீது பெரியளவு வாஞ்சை இல்லை என்றாலும். நாட்கள் செல்ல செல்ல அதை காரணமாக வைத்து தங்களை மக்கள் தொந்தரவு செய்வதை அவர்கள் விரும்புவதில்லை. அனைவரிடமும் முடிந்த வரை சிடு மூஞ்சி கோலம் பூண்டு விரட்டினர். அப்போது தான் பயமறியாத இளங்கன்றுகள்

என்று அழைக்கப்படும் பருவ ஆண்கள் திருட ஆரம்பித்தனர்.

ஸ்ரீனிக்கு மரம் ஏறவோ சுவர் ஏறவோ பயம். ஆனால் இந்த மாங்காயை ஒரு முறை தன் அண்ணனின் கிருபையால் ருசி பார்த்திருக்கிறான். அதன் பிறகு அவன் அண்ணனிடமும் கிருபை கிடைக்கவில்லை இவனாலும் இதை எடுக்க முடியவில்லை. இருவரும் அந்த வீட்டின் பின்புறம் வழியே அந்த மரத்தை பார்த்துக்கொண்டிருந்தனர்.

வெளிச் சுவரோடு ஒட்டிய வீடாக, பழைய சுண்ணாம்பு வெள்ளை நிறம் பூசி இருந்தது. அந்த வீட்டின் மாடியும் 'ப' போன்ற தோற்றத்தில் இருக்க, அதற்கு நடுவில் இருந்து மாமரம் இவர்களை எட்டிப்பார்த்துக்கொண்டிருந்தது. சுவரே குடையப்பட்டு முன்வாசலும் ஜன்னல்களும் இருந்ததினால். சுவர் எகிறி குதிப்பதென்பது நடக்காத காரியம். ஆனால் அவர்களுக்கு அருகே இருக்கும் மரம் ஒரு பலமான கிளையை அந்த மாடியை நோக்கி வளர்த்திருந்தது. அதில் ஏறி அந்த மாடியை அடைந்தால் மாமரம் எட்டும்.

சிவசுப்பு இதை கவனித்து ஏறத்துவங்கினான். அவன் கைகளில் ஆரம்பத்தில் சில சராய்ப்புகள் அவனை அறியாமல் விழுந்திருந்தாலும். தொடர்ந்து ஏறி, மெல்ல அந்த மாடியில் குதித்தான். தொப் என்று சிறு சப்தம் எழுந்ததால். சட்டென தண்ணீர் தொட்டியின் பின் புறம் சென்று மறைந்து கொண்டு ஜன்னலின் வழியே பார்த்தான். யாரும் இல்லை. எந்த அசைவும் இல்லை. மெல்ல மாமரத்தை பார்த்தான். சற்று "ப" வடிவத்தில் உள்ள மாடியில் '_' இந்த பகுதியில் அவனுக்கு எதிரில் இருக்கும் சுவரை ஏறினால் '|' இந்த பகுதிக்கு வந்து விடலாம். அங்கு மரம் மிகவும் அருகில் இருப்பதால். நல்ல மாங்காய்களை எளிமையாக பரித்துச் செல்லலாம் என்று ஏறிச் சென்றான். சில மாங்காய்களை பறித்து சற்று எக்கி கீழே இருக்கும் ஸ்ரீனியை பார்த்தான். அவன் இவனை பார்த்து கையசைத்தான். மாங்காயை அவன் கைகளில் வீசி எறிந்தான். ஒன்று இரண்டை பிடித்து மற்றதை தவற விட்டான். கெட்ட வார்த்தைகளை முனுமுனுத்து விட்டு மீண்டும் மரத்தைப் பார்த்தான். அவனுக்கு எதிரில் இருந்த '|' வரிசையில் ஏதோ சத்தம் கேட்க அவன் திரும்பியபோது அந்த பெண் நிர்வாணமாக தனது மேலாடையை மாட்ட முயற்சித்து வந்தாள். சட்டென அவனை தெளிவு படுத்திக்

கொண்டு அந்த சுவரின் பின் கிளைகளுக்கு அடியில் மறைந்து கொண்டான். மறைந்து கொண்டபின் அந்த காட்சி மீண்டும் அவனுக்கு மனதில் உதிக்க இது உண்மை தானா என்று மீண்டும் எட்டி பார்த்தான். இப்போது அவள் மேலாடையை மாட்டிவிட்டு நைட்டியை நோக்கிச் சென்றாள். மீண்டும் மறைந்து கொண்டான். அவன் அருகில் ஒரு சிறு கல் பறந்து வந்து விழுந்தது. பொருட்படுத்தாமல் மீண்டும் எட்டி பார்த்தான். அந்த பெண் ஜன்னலில் இருந்து விலகிச் சென்றாள். மீண்டும் ஒரு கல் வந்து விழுந்தது. மெல்ல தவழ்ந்து வந்து கீழே குதித்து பார்த்தான். சுற்றிலும் யாருமில்லை. உடலெங்கும் அவனுக்கு வியர்த்து ஊற்றியது. மெல்ல நடந்து அந்த மரக்கிளையை அடைந்து அதை பற்றினான். கிழவியின் குரல்.

"யார்ரா அவன்" என்று. வேகமாக கிளையை பற்றி இறங்கினான். மேலும் சில கீரல்கள். சட சடவென இறங்க, கேட்டை திறந்துக் கொண்டு கிழவி வருகையில் சைக்கிளை உருட்டிக்கொண்டே ஓடினான் ஸ்ரீனி. அவன் சட்டையை இன் செய்து கொண்டு உள்ளே போட்ட மாங்காய்கள் அவனுக்குள் குலுங்கியது. கிழவி மரத்தை நெருங்கவும் இவன் இறங்கவும் சரியாக இருக்க கிழவி வேகமாக தன் கையை

வீச இவன் முகத்தின் மேல் சுலீரென்று விழுந்து இவன் கழுத்தில் கிழவி நகக்கீரல் ஒன்று விழுந்தது. கீழே உருண்டு மேலும் எழுந்து ஓடினான். இவனின் செருப்பு ஸ்ரீனியின் சைக்கிள் பின்னால் இருக்கும் என்ற நம்பிக்கையில். திரும்பிக் கூட பார்க்கவில்லை. "தெவுடியா பசங்களா" என்ற குரல் மட்டும் அவன் காதில் விழுந்தது.

மூன்று மாங்காய்களை கையில் எடுத்துக்கொண்டு பிரமிளா வீட்டு கேட்டை திறந்தான். நித்தி கையில் புத்தகத்துடன் இவன் கேட்டை திறந்து வருவதை பார்த்துக்கொண்டிருந்தாள்.

"சுக்கு இருக்கானா" என்றான்.

"அவன் போயிட்டான்...உங்க அம்மா வந்துட்டாங்க" என்றாள்.

"இந்தா" என்று ஒரு மாங்காயை நீட்டினான்.

"எனக்கு வேணாம்" என்றாள்.

"நல்லா இருக்கும் சாப்பிடு" என்றான். சற்று தயங்கினாள்.

"வேணாம்" அம்மா திட்டுவாங்க என்றாள்.

"சரி ஒரு கடியாவது கடிச்சி பாரு"
என்று ,மாங்காயை அவள் வாயருகே நீட்டினான்.
மூடியிருந்த தன் வீட்டு வாயிலை பார்த்துவிட்டு
திரும்பி மாங்காயை வாங்கி கடித்தாள்.
புளிப்பாக இருந்தாலும் அதில் ஓர் இனிப்புமாய்
மென்மையாகவும் வாய்க்கு வைகுண்டமாய்
இருக்க அதை வாங்கிக் கொண்டு.

"இவளோ நல்லாயிருக்கு" என்று
புன்னகையோடு கூறினாள்.

"சரி...நீயே வெச்சிக்க...அம்மா கோவமா
இருக்காங்களா" என்றான்.

"எங்க அம்மா உன்ன மாட்டிவிட்டாங்க. சுக்கு
அப்படியே நின்னுட்டு இருந்தான். அவன் கன்னம்
ரெட்டாவே இருந்துச்சு...சரி அவனை
கவனிச்சிக்குறேன்னு அவனை கூட்டிட்டு
போயிட்டாங்க" என்றாள்.

"சரி...நான் போய் பாக்குறேன்" என்றான்.
"கழுத்துல என்ன" என்றாள். அது நான்
நாளைக்கு ஸ்கூல்ல சொல்றேன்" என்றான்.
"இனிமே அவனை அடிக்காத...அவன் பாவம்"

என்றாள். "இனிமே மாட்டேன்" என்று கூறிவிட்டு வெளியே நடந்தான்.

அவனுக்குள் அந்த பெண்ணின் பிம்பம் வந்துக்கொண்டிருந்தது. அதை ஸ்ரீனியிடமும் சொல்லவில்லை. தம்பியின் பிரச்சினை முடிந்தபின் நாளை பள்ளியில் சொல்லிக்கொள்ளலாம் என்று வைத்திருந்தான். அவனுக்குள் அந்த பிம்பம் வர வர அவனுக்கு அது ஒரு குமட்டலை கொடுத்தது. பாக்கேட்டில் இருந்து அவன் கடித்துவைத்திருந்த மாங்காயை எடுத்து மீண்டும் கொரித்தான்.

வெளி கேட்டை மெல்ல திறந்து உள்ளே வந்தான். அவன் கடித்து வைத்திருந்த மாங்காயை தூக்கி வீசிவிட்டு. கையில் இரண்டு மாங்காயை குழாயில் கழுவினான். உள்ளே சென்றான். தன் தம்பி படித்துக்கொண்டிருக்க உள்ளே அடுப்பறையில் தன் தாய் வேலை செய்து வந்தாள்.

சுகந்தன் "அம்மா என்று கூப்பிடவும்" அவள் "என்ன வந்துட்டானா" என்று வெளியே வேகமாக நடந்து வந்தாள். அநியாயத்தை தட்டிக் கேட்கும் சினிமா ஹீரோக்கள் நடந்து வருவது போல் தெரிந்தது சிவசுப்புவிற்கு. பலாரென ஒரு அறை

விட. அவன் முகம் திரும்பியவுடன் கழுத்தைப் பார்த்தாள்.

"என்ன இது ரத்தம்...யாருகிட்ட வாங்குன" என்றாள்.

"ஸ்ரீனி கூட விளையாடும் போது தெரியாம பட்டுருச்சு மா" என்றான்.

"கையில என்ன" என்று கேட்க. அவளிடம் மாங்காய்களை நீட்டி "சுக்குக்கும் உனக்கும்" என்றான்.

"எங்க கிடச்சது" என்றாள். "கிரவுண்டு பாட்டி கொடுத்தாங்க" என்றான். அதை வாங்கிகொண்டு "படிக்க ஒன்னும் இல்லையா... கை கால்லாம் கழுவி டிரஸ்ஸ மாத்திட்டு போய் புக்க எடு என்று கூறிவிட்டு உள்ளே சென்றாள். மாலையில் சுகந்தனிடத்தில் பார்த்த அதே கரை அந்தந்த இடத்தில் பொருத்தமாய் இருந்தது.

புத்தகத்தோடு சுகந்தன் அருகில் வந்து உட்கார்ந்து. பிரச்சினை முடிந்ததை நினைத்து பெருமூச்செறிந்தான். சுகந்தனின் கன்னத்தை பார்த்து வருந்தி அவனிடம்,

" உனக்கு மாங்காய் கிடைக்கலையா"
என்றான். சுகந்தன் அமைதியாக இருந்தான்.

"இனிமே அடிக்க மாட்டேன்…அப்புரமா என்ன
இரண்டு அடி அடிச்சிக்கோ" என்றான்.
சுகந்தன் எதுவும் பேசவில்லை. தன் தாய்
மாங்காயை வெட்டி காரப்பொடி உப்போடு
அவர்களின் அருகில் வைத்தாள். மீண்டும் அந்த
பெண்ணின் நிர்வாண உருவம் அவன் மனதில்
எழுந்தது. சுகந்தன் ஆர்வமாக அந்த மாங்காயை
எடுத்து ரசித்து சாப்பிட்டதை கவனித்தான்.

ஆழ்மனச் சீரழிவு

மிகத் தீவிரமான யோசனையில் ஆழ்ந்து
இருந்தான். அவன் கண்கள் அந்த கடிகாரத்தில்
விழுந்த அரைகுறையான பிம்பத்தையே
பார்த்துக்கொண்டிருந்தது. அதில் ஒரு ஜன்னல்,
அதனுள்ளே கம்பிகளுக்கு இடையில்
சிறைப்பிடிக்கப்பட்டதைப்போல் காட்சி
அளிக்கும் ஒரு பச்சை மரம், காற்றுக்கு
அசைந்துக்கொண்டே இருந்தது. அசைவில்
ஒரு அமைதியோ ஆனந்தமோ இல்லை.
இச்சிறையில் இருந்து என்னை விட்டுவிடு
என்பது போன்ற அசைவு. பிம்பம். பிரதிபலிப்பு.

அவனுக்குள் பல எண்ணங்கள். அவன்
சிந்தனைகள், உடலசைவு யாவையும் உரைத்து
வைத்திருந்தது. குற்ற உணர்ச்சிகள் வேண்டாம்.
அர்த்தமில்லாத அமைதி வேண்டாம். அறியாத
உலகத்தை அறியாமையால் ஆராய வேண்டாம்.
ஒன்றுக்கும் உதவாத நினைவுகள் வேண்டாம்.
திருத்தப்படாத தவறுகளை திருத்திய கற்பனை
வேண்டாம். அவன் கண்களில் நீர் சுரந்தது
ஆனால் அவை எதுவும் நிலத்தில் விழ ஆசை
கொள்ளவில்லை. அழுகை வேண்டாம். எழுந்து
நில், எழுந்து நில். நிற்கவும் வேண்டாம். இப்படி
எண்ணங்கள் கூர்மையான பற்களுடன் அவன்

மனதை கொஞ்சும் கொஞ்சுமாக கொரித்து சுவை கண்டு கொண்டிருந்தது. கசப்பையும் விரும்பி உண்ணும் இந்த எண்ணங்களை என்னவென்று சொல்வது.

சாலையில் யாரோ பெருஞ்சிரிப்புடன் அவன் வீட்டை கடந்து சென்றனர். பிறகு கைக்கு அடக்கமான ரேடியோவில் கர்நாடக இசையைக் கேட்டுக்கொண்டே ஒரு முதியவர் கடந்தார். வீணையை சரியான தாள வாத்தியத்தோடு பைரவி ராகத்தில் இசைத்துக் கொண்டிருந்தனர். அந்த இசை அவனின் எண்ணங்களை ஒரு நொடி நிறுத்தியது. சற்றும் அவன் மன ஓட்டத்திற்கு பொருந்தாத இசை. உலகை வெறுக்கும் ஒருவனும் அதை அனுபவிக்கும் ஒருவனும், ஒருவரை ஒருவர் அறியாமலேயே சந்தித்துக்கொண்ட தருணம். யாரோ தட்டிவிட்டதைப் போல எழுந்து நின்றான். அடுப்படியில் சென்று தண்ணீர் அருந்தினான். வாசல் கதவுருகே சென்றான். மூடியிருந்தது, அதை திறக்க மனமில்லை. தன்னோடு இருந்த மனிதர்களை எண்ணினான். அவர்களோடு இவனுக்கு இருந்த உறவு என்ன என்று யோசித்தான். சில வாரங்கள் முன் நடந்த ஒரு உரையாடல் அவன் மனதிற்கு வந்தது.

குமாரி அக்கா இவனிடம் தன் கஷ்டங்களை கூறி அழுது கொண்டிருந்தாள்.

"அவரு என்கிட்ட ஒழுங்கா பேசுறதில்ல எப்பவும் அவங்க அம்மா சொல்றதை தான் கேக்குறாரு. அவங்க அம்மா எங்களை சேரவே விட மாட்றாங்க" என்று அவ்வப்போது மூக்கை உறுஞ்சிய வண்ணம் பேசினாள்.

"நீங்க எடுத்து பேசி புரிய வெச்சீங்களா" என்றான்.

"எல்லாமே சொல்லியாச்சு...நான் எதை சொன்னாலும் என் மேல தான் தப்பு...நீ தான் எல்லாத்தையும் தப்பா நினைக்குற...ஊர்ல மத்த பொம்பளைங்கலாம் இருக்கலையாங்குறாங்க...என்னால ஒன்னும் பேச முடியலை" என்றாள் விம்மலுடன்.

அவன் மனது இலகியது, இதுவே தான் அவ்விடத்தில் இருந்திருந்தால் "ஏதேனும் பேசி புரியவைத்திருக்கலாமோ அல்லது ஏன் நானே சென்று இவர்களுக்காக பேசக்கூடாது" என்று தோன்ற, மனதினுள் கற்பனையில் அவர்களுடன் உரையாட ஆரம்பித்தான். அந்த உரையாடலை அவளுக்குள்ளும் கடத்த முயன்றான்.

"இனிமே என்னால இந்த வீட்டுல இருக்க முடியாதுனு கிளம்பிருங்க" என்றான்

"சொன்னேன்...முதல்ல கிளம்புனு தான் அவரு சொல்றாரு..." என்றாள். இவனுக்கு கோபம் மூண்டது "சரினு சொல்லிட்டு கிளம்பி ஊருக்கு போக வேண்டியதானே"

"கிளம்பி போயிட்டேன் ஆனா ஊருல என் அப்பா அம்மா என்ன நிம்மதியா இருக்க விடல" என்றாள்.

"அங்க என்ன" என்றான். "அப்பா அம்மா என்ன படிக்கவும் விடமாட்றாங்க வேலைக்கும் போக விட மாட்றாங்க...முதல்ல குழந்தைய தினம் ஒரு மணி நேரம் அவங்க பாத்துக்குட்டாலே பெருசா இருந்துச்சு...போக போக என்னையும் எங்கையும் வெளிய போக விடல அவங்களும் யாரையும் வீட்டுக்கு கூப்பிடலை"

"அப்புரம்" என்றான்

"அப்புரம் திரும்ப வந்துட்டேன்" என்றாள். "நான் தெரியாம தான் கேக்குறேன்...நீங்களே படிச்சிருக்கீங்க அப்புரம் ஏன் தனியா வர மாட்டேங்குறீங்க...இவங்க எல்லாரையும்

உதறிட்டு உங்களுக்குனு ஒரு வாழ்க்கையை அமைச்சிக்க கூடாதா" என்று கேட்டான். பதில் வரவில்லை. "இவங்கலாம் இப்படி தான்...நம்ம தான் strong ஆ இருந்துக்கனும்" என்றான்.

"உனக்கு புரியாது டா...அது கஷ்டம்" என்றாள். "இதை விடவா" என்றான்.

"உனக்கு புரியாது" என்று முடித்தாள்.

கடிகாரத்தின் பிம்பம் அவன் மனதினுள் எழுந்தது. "புரியாது தான்" என்று முனுமுனுத்துக்கொண்டான். அவனுக்கு புரியாது என்பதை ஒருவர் அல்ல அவன் வாழ்வில் கடந்த அனைவரும் கூறியிருக்கிறார்கள். அவன் காதலி அவனை விட்டுச் சென்ற பிறகு தான் அவனுக்குள் இருந்த அந்த இருள் சூழ்ந்த மூளையை துளாவ ஆரம்பித்தான்.

"நீ என்னை புரிஞ்சிக்கவே மாட்ற...நீயா ஒரு முடிவெடுத்து அதை பேச ஆரம்பிச்சிற... நமக்குள்ள இந்த லவ் வேணாம்" என்ற அவளின் கடைசி வார்த்தைகள்.

"ஏன் என்னால் எவரையும் புரிந்துக்கொள்ள முடியயவில்லை? அனைவருக்கும் வேண்டியது தான் என்ன?" என்ற கேள்வி அவனுக்குள்

கேள்வியாக மட்டுமே இருந்தது. இனி எந்த ஒரு மனிதர்களிடமும் எவ்வித பந்தமும் வைத்துக்கொள்ளக் கூடாது என்று அவனுக்குள் சிறியதாக ஒரு முடிவை எடுத்து கதவை திறந்தான். வெளியே ஆள் அரவம் இல்லை. காற்றும் சற்று மிதமான குளிர்ச்சியுடன் வீசி அந்த வெறுமையை லேசாக கலைத்தது. வெளியே வந்து கதவை சாத்திவிட்டு, செருப்பை மாட்டிக்கொண்டு நடக்க ஆரம்பித்தான்.

சாலைகளின் ஓரத்தில் தொட்டியையும் தாண்டிக் கொட்டிக்கிடக்கும் குப்பைகளை கண் கொட்டாமல் பார்த்த வண்ணமே நடந்தான். தொட்டிக்கு பின்னால் குப்பைகளை துலாவிக்கொண்டிருந்த அழுக்கு படர்ந்த ஆடையை அணிந்த ஒருவர், இவன் வந்ததும் மெதுவாய் இவனை நோக்கினார். இவனும் ஒரு நிமிடம் நின்று அந்த நபரை நன்கு நோக்கினான். இவரை எங்கோ பார்த்தது போலான ஒரு உணர்வு அவன் நினைவுகளை அலச வைத்தது.

"நீங்க..." என்று இழுத்தான்.

எந்த வார்த்தையும் பேசாமல் இவன் அருகில் நடந்து வந்து இவன் முகத்தை உற்று நோக்கி.

"நீ சூரியா ஃப்ரெண்டு கோவர்தனன் தானே?"

"சூரியா வோட ஃப்ரெண்ட் தான் ஆனா நான்
ராமகிருஷ்ணன் பா...மறந்துட்டீங்களா"

"முகம் ஞாபகம் இல்ல..." என்று எங்கோ
பார்த்துக்கொண்டே அழுக்கை சட்டையில்
துடைத்துக்கொண்டார்.
ராமகிருஷ்ணன் அதைப் பார்த்துவிட்டு, இதை
பிறகு விசாரித்துக்கொள்வோம் என்று "சரி...
நான் வரேன்" என்று வாய்க்குள்ளேயே
முனுமுனுத்துக்கொண்டு இரண்டு அடி
நகர்ந்தான்.

"கோவர்தனா" என்று அவர் அழைக்கையில்
திரும்பினான்.

"சாப்பாடு வாங்கி தந்துட்டு போ" என்றார்.
அவனும் பைக்குள் ஐம்பது ரூபாய் இருப்பதை
உணர்ந்தான்.

"வாங்க" என்று அழைத்து இருவரும் நடக்கத்
துவங்கினர். வீதியில் ஒரே ஒருவர் சைக்கிளில்
இவர்களை கண்டுகொள்ளாமலேயே எதிரில்
சென்றதை ராமகிருஷ்ணன்
பார்த்துக்கொண்டான். ஒரு சிறு

இடைவெளியோடு அவர்கள் இருவரும் நடக்கத்துவங்கினர்.

சூரியன் மறையத்துவங்கியது.

"கோவர்தனா" என்று மீண்டும் அழைத்தார். ராமனுக்கு கோவர்தனன் யார் என்றும் தெரியாது அதே சமயம் அவரை திருத்தவும் முற்படவில்லை.

"சொல்லுங்க" என்றான். அவர் சற்று அருகில் வந்தார். ராமன் நகராமல் அதே தடத்தில் நடந்து வந்தான்.

"சூரியா எப்படி இருக்கான்...அவனை நேத்து ரோட்டுல பார்த்தேன்...கண்டுக்காம போயிட்டான்" என்று தரையையே பார்த்துக் கொண்டு நடந்தார்.

"அவன் கிட்ட பேசி அஞ்சு ஆறு வருஷம் ஆயிருக்கும் பா பெருசா டச்ல இல்ல நாங்க" என்றான்.

"நீயும் என்ன மாதிரி தானா" என்று சிரித்தார்.

"உங்களுக்கு என்ன ஆச்சு...நீங்க ஊருக்கு போயிட்டீங்கன்னு தான் கடைசியா கேள்விப்பட்டேன்...ஏன் இப்போ...இப்படி"

என்று இறுதியில் தன் தயக்கத்தை பதிவு
செய்தான்.

"எனக்கு என்னமோ ஆயிடுச்சு...ஏதேதோ
சத்தமெல்லாம் கேட்டுச்சு...வேலை போச்சு
வீட்டுக்கு காசு தர முடியலை...அவன் அம்மா
கிட்டலாம் எரிஞ்சி விழுந்தேன்...நிறையா என்ன
பண்ணேன்னு எனக்கே சரியா ஞாபகம் இல்ல...
துரத்தி விட்டுட்டாங்க...என் தம்பி என்ன
எங்கையோ வடக்குல இருக்குற
ஆஸ்பித்திரியில சேர்த்துவிட்டான்...காசு
கட்டலைனு அவங்களும் என்ன வெளிய
விட்டாங்க...வெளியில விட்டாங்களா இல்ல
வெளிய போகும்போது நானே
தப்பிச்சிட்டேனானு தெரியலை...அப்புரம்
அங்கையே தான்"

"என்ன பண்ணீங்க" என்றான் கதையில்
முழ்கியவனை போல ஆனால் நிஜத்தில் அவன்
சோகத்தில் தான் மூழ்கியிருந்தான். இக்கதை
வழியே தப்பிக்க ஒரு துவாரத்தை
தேடிக்கொண்டிருந்தான்.

"அங்க ஒரு குப்பை பொறுக்குரவரைப் பார்த்து
நானும் கிடைக்குறதை எடுத்து வித்து
காசாக்குனேன். பிச்சை எடுத்தேன், தினம் ஊர்

பேர சொல்லி சொல்லி கொஞ்சும் கொஞ்சுமா இப்போ இங்கையே வந்துட்டேன் மூணு வருஷம் கழிச்சி...இரண்டு நாள் ஆகுது வந்து" என்றார்.

இதில் தப்பிக்க எந்த துவாரமும் அவனுக்கு கிடைக்கவில்லை. அவர் கால்களை பார்த்தான். பிய்ந்த செருப்பை தெய்த்து போட்டிருக்கிறார். காலில் உள்ள தோல் காய்ந்து ஆங்காங்கே வெள்ளைத்திட்டுகள், சொரிந்த காயங்கள், அரைகுரையாக பிய்த்தெறியப்பட்ட கால் நகங்கள்.

"திரும்ப வீட்டுக்கு போனீங்களா?" என்றான்

"வெளிய இருந்து பார்த்தேன்...வீடே ரொம்ப அமைதியா இருந்துச்சு...அவ அங்கங்க நடந்து போனா, வாசல் வழியா ஒரு நிழலா தெரிஞ்சா... ஒரு பெரிய அமைதி தெரிஞ்சது...எனக்கு அந்த அமைதிய கலைக்கனும்னு தோணல...திரும்பி வந்துட்டேன்" என்றார்.

சற்று மௌனம் சாதித்து, "நான் வேணும்னா உங்க வீட்டுல பேசவா" என்றான்.

அவர் எதுவும் பேசவில்லை. அவனும் அக்கேள்வியை திரும்ப கேட்கவில்லை. அவனுக்கு மீண்டும் அவன் மேல் கோபம் வந்தது.

"ஏன் இப்படி செய்கிறேன்...மனித பந்தங்கள் வேண்டாம், நான் மீட்பர் அல்லன், நானும் சாதாரண மனிதனே என்னால் எவர் வாழ்க்கையையும் மாற்ற இயலாது, மனித மனமானது சுய தெளிவு பெறாமல் என்றும் மாறாது என்னால் அத்தெளிவையும் வழங்க இயலாது ஏன் என்றால் எனக்கு மனிதர்கள் வெறும் புதிரானவர்களே, புரிந்து கொள்ள இயலாதவர்கள் இன்னும் சொல்லவேண்டுமாயின் என்னிடமே சுயத்தெளிவு இல்லை..." என்று தனக்குள்ளேயே பிதற்றிக்கொண்டான். அவர்கள் நடக்கும் தெருவின் இடது பக்கத்தில் ஒரு சின்ன தெரு முட்டுச் சந்துடன் காணப்பட்டது அதன் இறுதியில் ஒரு பழைய சாமான் கடை ஒன்றில் ஒரு நடுத்தர வயதானவர் இடைப் போட்டுக்கொண்டிருந்தார். அதை பார்த்துவிட்டு ராமகிருஷ்ணனிடம் "ஒரு நிமிஷம் இங்கையே நில்லு" என்று கூறி விட்டு அவர் கையிலிருக்கும் அழுக்குப் பையை மேலும் இறுக்கமாக பற்றிக்கொண்டு அக்கடையை நோக்கி நடந்தார்.

தூரத்திலிருந்து அனைத்தையும் ராமகிருஷ்ணன் பார்த்துக்கொண்டிருந்தான். அவர் தன் பையிலிருந்த சில பொருட்களை கடைக்காரரிடம் கொடுத்து அதை அவன் வாங்கி

ஏதோ பேரம் பேசும் உடல்மொழியுடன் அவரிடம் உரையாடிக்கொண்டிருக்க, இடையில் அவர் தன் முகத்தை கைகளால் துடைத்துக்கொண்டார். மீண்டும் அவன் பேச மீண்டும் துடைத்துக்கொண்டார். எச்சில் தெரிக்கும் அந்த வியாபார உரையாடல் முடிந்த பிறகு அவனிடம் சில பொருளை கொடுத்து பணத்தை வாங்கிக் கொண்டு பாக்கெட்டில் வைத்தபடி, இவனை நோக்கி நடக்கலானார்.

"அவுத்துட்டு நின்னா குளுப்பாட்டியே அனுப்பிருவான் போல...வா பா" என்று நடக்க இவனும் லேசான சிரிப்போடு நடையைத் துவங்கினான். அத்தெரு ஓரத்தில் பரோட்டா கடை ஒன்றிருந்தது. அதன் அருகில் சென்றதும் அங்கே இருந்தவர்

"எப்பா...உள்ளலாம் கூட்டிவராத...அங்கையே நில்லு சாப்பாடு எடுத்தாரேன்...என்ன வேணும்" என்றார்.

அவன் அவரின் முகத்தை பார்த்தான்; எந்த ஒரு அதிருப்தியும் இன்றி பசியினால் வரும் ஏக்கப் பார்வை ஒன்றையே வெளிக்காட்டினார்.

"எனக்கு ஒரு டீ போதும்...அவருக்கு..."

"பரோட்டா இருக்கா" என்றார். சற்று உள்ளே இருப்பவனை பார்த்துவிட்டு

" போட்டுட்டு இருக்காங்க...ஒரு 20 நிமிஷம் ஆவும்...7 மணிக்கு வந்துரும்"

"வேற என்ன இருக்கு" என்றார் உள்ளே பார்த்த வண்ணம்.

"இந்த நேரத்துக்கு வடை பஜ்ஜி தான் இருக்கு" என்றார்.

"சரி...இரண்டு வெங்காய போண்டாவும் ஒரு உழுந்த வடையும் நிறையா சட்னி ஊத்தி கொண்டா" என்றார்.

அங்கு இருந்த ஆறு நபர்களில் நால்வர் டீயுடன் அழுக்குச்சட்டைக் காரரை கவனித்துக்கொண்டிருந்தனர். இவர்கள் தங்களையே அவ்வப்போது உற்றுநோக்குவதை ராமகிருஷ்ணன் கவனித்தான். ஒரு பேப்பர் மீது வாழை இலையில் இரண்டு வெங்காய போண்டாவும் வடையும் சட்னியில் ஊற வைத்து அவர் அருகில் எடுத்துவரப்பட்டது. எடுத்து வந்தவன் அவர் கை நீட்டுவார் என காத்திருந்து அவரை நோக்கினான்.

"இங்க வை" என்று அங்கு இருந்த சிறு கல் மேடையை காண்பிக்க. அவனும் அசட்டையாக வைத்துவிட்டு சென்றான். சட்னி தரையில் ஓடுவதற்குள் அவர் அதை லாவகமாக பிடித்து, அப்படியே மூன்று பதார்த்தங்களையும் மூன்றே வாயில் முழுங்கி பாக்கிச் சட்னியை குடித்து விட்டார். அவர் சாப்பிடுவதை பார்த்துக்கொண்டிருந்த ராமகிருஷ்ணன் மீதி டீயை குடிக்க மறந்து அதை கவனித்தவுடன் வேகமாக தொண்டைக்குள் ஊற்றி கொண்டான்.

"அப்போ நான் வரேன்" என்று ராமகிருஷ்ணனை பார்த்து கூறிவிட்டு விறுவிறுவென நடந்தார். அவனுக்கு அவரை கூப்பிடவோ அல்லது அவர் வேகத்துக்கு நடந்து உரையாடலை தொடரவோ பலம் இல்லை. விருப்பம் மட்டும் ஓரமாய் இருந்தது. என்றைக்கும் அவன் அதுபடி நடந்துக் கொண்டதில்லை.

அன்று சீக்கிரமே படுத்துக்கொண்டான், கண்களை மூடியும் உறக்கம் வரவில்லை. மேலே பார்த்தான், மீண்டும் கண்களை மூடினான். பல எண்ணங்கள். அழுக்குச் சட்டைக்காரர் அவன் மனதில் தோன்றி தோன்றி மறைந்தார். அவரிடம் கேட்காத கேள்விகள் அனைத்தும் அவனை அப்போது உறங்கவிடாமல் செய்தது. சட்டென

மின்விசிறி சுழல்வது நின்றது. அவன் அறையில் இருக்கும் கண்ணாடி ஜன்னல் இயல்பாக கொடுக்கும் செயற்கை வெளிச்சம் அணைந்தது. மின்சாரம் துண்டிக்கப்பட்டதை உணர்ந்து அவன் வெளியே வந்தான். அணைந்த மின்விளக்கை ஒரு தரம் பார்த்துவிட்டு அங்கையே அமர்ந்தான். இருள் பிறக்கும் போது நிழல்கள் உயிர் பெருகின்றன. ஆங்காங்கே அசையும் மரநிழல் கூட அவனுக்கு உருவங்களாய் தெரியத் துவங்கியது. அவனுக்கு வியர்க்க ஆரம்பித்தது. அவன் மனம் பல பேய் பிசாசுகளை அவன் அருகே உருவாக்கி அவனுக்கு காட்டியது. வெளியில் இல்லாத ஓசைகள் அவனுக்குள் ஒலித்தன. சட்டென எழுந்து வீட்டை மட்டும் பூட்டுவிட்டு வெளியே நடந்தான்.

இது என்னடா புரியாத இடத்தில் சிக்கி தவிக்க வேண்டியதாயிற்று, என்றைக்கு இந்த அகச்சிறையிலிருந்து விடுதலை கிடைக்குமோ தெரியவில்லையே என்று சிக்கலான மனநிலையில் மீண்டும் நடந்தான். குப்பைத் தொட்டியைத் தாண்டி இருக்கும் ஒரு சிறு பேருந்து நிறுத்தத்தில் அந்த அழுக்கு சட்டைக்காரர் படுத்திருப்பதை பார்த்து அவர் அருகே சென்றான். நன்றாக

உறங்கிக்கொண்டிருந்தார். எழுப்ப மனம்
இல்லாமல் அங்கே உட்கார்ந்துக் கொண்டான்.
பத்துக்கு நான்கு என்ற அளவிலான சிறு
பேருந்து நிலையத்தில் பொதுவாக வெளிச்சம்
இருக்காது. இதில் மின்வெட்டில் எங்கு போய்
ஒளியைத் தேடுவது என்று உச்சுக்கொட்டினான்.
அந்த எரிச்சலின் வெப்பத்தாலோ என்னவோ
அழுக்குச் சட்டைக்காரர் எழுந்துக் கொண்டார்.
நிலவின் வெளிச்சத்தில் ஓரளவு தெரிந்த
அவனின் முகத்தைப் பார்த்து

"கோவர்தனா" என்றார்.

"என் பேரு ராமகிருஷ்ணன் பா" என்று
சலிப்பான குரலில் கூற.

"நீ எங்க இங்க" என்றார். "கரெண்டு இல்ல...
வீட்டுலயும் இருக்க முடியல...என்ன பண்றதுனு
தெரியாம நடந்துட்டு இருந்தேன்...சரி இங்க
உட்காருவோம்னு வந்தேன்...நீங்க இங்க தான்
இருக்கீங்களா...ஊருக்கு போகலையா"

"என்ன இந்த ஊரு வெளிய விட மாட்டேங்குதே"
என்றார்.

அவரின் பிரச்சினை என்ன என்பதை
புரிந்துக்கொள்ளவோ, அதற்கு தீர்வு

சொல்லவோ கூடவே கூடாது என்பதை
அவனுக்குள் ஆழமாக ஜபித்து வந்தான்.

"உன் அப்பா அம்மாலாம் எங்க" என்றார்.

"அவங்க ஊருக்கு போயிருக்காங்க" என்றான்.
அவர் சற்று யோசித்து விட்டு அப்படியே மீண்டும்
"அது சரி" என்று அயர்ச்சியில் படுத்தார்.

அவனுக்கு தன் காதலியின் ஞாபகம் வந்தது.
அதைக் கலைத்து விட்டு எழுந்து நின்றான்.
சற்று மூச்சு வாங்கியது. லேசான ஒரு தென்றல்
வீசியது ஆனால் அவனால் அதை
உணரமுடியவில்லை. அவன் கழுத்தை அவளின்
மெல்லிய நினைவுகள்
நெறித்துக்கொண்டிருந்தன.

"புரியவில்லை...யாரையும் புரிந்துகொள்ள
முடியவில்லை...என்ன தான் வேண்டும்...
மனிதர்களுக்கு வாழ்ந்தால் மட்டும் போதுமா".
அவனின் தத்துவ விசாரணை அவனை அவளின்
நினைவுகளிலிருந்து காக்க முடியவில்லை.
மீண்டும் அமர்ந்தான். இம்முறை தொப்பென
அமர்ந்ததில், அழுக்குச் சட்டைக்காரர் லேசாக
தலையை தூக்கி அவனை பார்க்க நேரிட்டது.
அவர் தூக்கத்தில் முணங்க ஆரம்பித்தார்.

"விட்று...விட்று" என்று. சட்டென இவனின் உள்ளம் மீண்டும் பேருந்து நிலையத்தை வந்து அடைந்தது. அவரை உற்று நோக்கினான். "விட்று..விட்...று"

அவரை எழுப்ப அவனுக்கு மனம் வரவில்லை. எழுந்து மீண்டும் நடந்தான். அத்தெருவில் சென்ற வாரம் தான் ஒருவரை வெட்டி அவர் கட்டி வந்த வேட்டிகுள்ளேயே அவரின் கைகால்களை அறுத்து வைத்து கட்டி, பனை மரத்தின் அடியில் எவரோ கிடத்தினர். அந்த பனை மரம் ராமகிருஷ்ணனை வெறித்து பார்த்துக்கொண்டிருந்தது. அடித்த லேசான காற்றில் இறந்தவன் ஆவி அதனுள் புகுந்துக்கொண்டதைப்போல அங்கும் இங்கும் ஆடிற்று. திசையை மாற்றி நடக்கலானான். கள்வர்கள் அதிகம் உலாவும் பகுதி. அதிகமாக அதிகாலை வேளைகளில் தான் உலவுவர். சட்டென நடுத்தர வயதுக்கும் மேற்பட்ட பெண்கள் நடை பயிற்சி மேற்கொள்ளும் போது சட்டென அவர்களின் தாலியை அறுத்து எடுத்துக்கொண்டு சென்று விடுவர். இரவில் எவரும் வரப்போவதில்லை அப்படியே வந்தாலும் அறுப்பதற்கு நம்மிடம் ஒன்னுமில்லை என்ற தைரியத்தில் அவன் நடந்துச்சென்றான். "இந்த தனிமையான நடை பயணத்தை மாலை நேரமே

மேற்கொண்டிருந்தால் நாம் நன்கு உறங்கிருக்கலாமோ என்னவோ. மின்வெட்டிற்கு நம் உறக்கத்தை கலைக்கும் திறன் இருக்கவா போகிறது" என்று அவன் நடந்துக் கொண்டே இருந்தான்.

அழுக்குச் சட்டைக் காரரின் மகன் சூரியாவிடம் பேசிப் பார்க்கலாமா என்றும் அவனுக்கு தோன்றியது. ஆனால் அவர்களுக்குள்ளான உறவு காலத்தின் பலத்தால், தடங்கள் மாறி, குணங்கள் ஒன்றாமல் முறிந்தது. மறுபடியும் அவனிடம் இதை பற்றி பேசி உறவை புதிப்பிக்க ராமகிருஷ்ணனும் விரும்பவில்லை.

மேலும் நடந்தான். சட்டென மொத்த வீதியும் பிரகாசம் அடைந்தது. அப்படியே திரும்பி இல்லம் நோக்கி நடக்கலானான். மீண்டும் அழுக்குச் சட்டைக்காரரை அதே இடத்தில் சந்தித்தான். அருகே சென்று பார்த்தான். அவரின் முனங்கல்கள் அதிகமாக இருந்தது. கையால் தட்டி எழுப்ப முயன்றான். லேசாக கண்ணை மட்டும் திறந்து அவனை பார்த்தார்.

"உடம்பு சரியில்லையா...வீட்டுல வந்து படுத்துக்குறீங்களா" என்றான்.

அவர் வேகமாக தலையை வேண்டாம் என்று
ஆட்டிவிட்டு மீண்டும் முனங்க ஆரம்பித்தார்.
ராமகிருஷ்ணன் மெல்ல அவன் இல்லம் நோக்கி
நகர்ந்தான்.

படுத்தான். உறக்கம் வரவில்லை. காதலியின்
நினைவு மீண்டும் வருடிச்சென்றது. உடல் மட்டும்
அசதியின் உச்ச விளிம்பில் இருந்து கதறிற்று.
மனம் சொரணை இழந்து இடைவிடாது
எண்ணங்களை அவன் மூளைக்குள் பாய்ச்சிய
வண்ணமே இருந்தது. அப்படியே நேரம்
போயிற்று.

அதிகாலை வெளியில் வந்து வெளிச்சத்தை
பார்த்ததும் அவன் மனம் நிம்மதி பெற்றாலும்
அவன் கண்கள் அவன் மீது அதீத கோபத்தில்
இருந்ததை போல் எறிந்துக் கொண்டே அவனை
துன்புறித்தியது. சற்று முகத்தைக்
கழுவிக்கொண்டு தேங்காய் எண்ணையை
கண்களில் தடவினான். முதலில் எறிந்து பின்
கண்கள் கொஞ்சும் சாந்தம் அடைந்தது.
வெளியே வண்டி சத்தம் கேட்க அவன் தாய்
தந்தை வீட்டிற்கு வந்தனர்.

காலை வேலைகளை முடித்துவிட்டு
அலுவலகத்திற்கு கிளம்பினான். செல்லும்

வழியில் அந்த பேருந்து நிலையத்தைப்
பார்த்தான் அங்கு அழுக்குச்சட்டைக்காரர்
இல்லை.

மாலை வேளையில் நேராக சூரியாவின் வீட்டு
வாசலில் நின்று யோசித்தான். சரி, ஆனதை
பார்த்துக்கொள்வோம் என்று உள்ளே
நுழைந்தான். கதவை தட்டி காத்திருக்கையில்
சூரியாவின் தாய் கதவை திறந்தார்.

"நான் சூரியா ஓட ஃப்ரெண்டு, உங்க கிட்ட
கொஞ்சும் பேசனும்" என்று அங்குமிங்கும்
பார்த்தான். அவனை உள்ளே விட விருப்பம்
இல்லாதவள் போல்

"இங்கையே சொல்லு பா" என்றார்.

"சூரியா வோட அப்பாவ இங்க பார்த்தேன்...
நேத்து" என்று கூறி அடுத்து என்ன கூறுவது
என்று விழித்தான்.

"தெரியும் பா...நீ இதுல தலையிட வேண்டாம்...
தயவுசெஞ்சு போய் உன் வேலைய பாரு...
உனக்கிதெல்லாம் புரியாது" என்று கதவை
அடைத்தார்.

ராமகிருஷ்ணனும் பின்னால் திரும்பி இதை எவரும் பார்த்தனரா என்று நிச்சயித்துக் கொண்டு கிளம்பினான்.

"அவர் எங்கு சென்றார் என்றும் தெரியவில்லையே...மனிதர்கள் நமக்கு புரியமாட்டார்கள் அவர்கள் வேண்டாம்" என்று மீண்டும் தன் வாழ்க்கையை அதே தடத்தில் செலுத்தினான்.

பழுப்பு நிற ஐந்து

நாய்களில் பாலினம் பார்க்க தெரியாத வயதில் ஒரு பெண் நாய்க்கு 'ஜிம்மி' என்ற பெயரை இட்டேன். பின்னாளில் ஆண்களுக்கு

பெண்களின் பெயரும் பெண்களுக்கு
ஆண்களின் பெயரும் இருப்பது ஒரு
அதிர்ஷ்டத்தை கொடுக்கும் என்று
கேள்விப்பட்டதால் அந்த பெயரை தொந்தரவு
செய்யாமல் விட்டாகியது. அதிர்ஷ்டத்தை
வைத்து அது என்ன செய்யப் போகிறது என்ற
கேள்வி ஒருபுறம் இருந்தாலும் காலம் சென்ற
பின்னர் அதற்கும் அதிர்ஷ்டம் தேவை தான் என்ற
முடிவுக்கு வந்தேன்.

மங்கிய பழுப்பு நிறத்தில் முகத்திலும்
கால்களிலும் மட்டும் வெள்ளை நிறமாக, நல்ல
முக லட்சணத்துடன் இருக்கும். பொதுவாக
நாய்களின் மீது ஒரு வகை பிரியம்
கொண்டதால். வீடு வீடாக மாறிய தருணங்களில்
எல்லாம், ஏதேனும் ஒன்று அல்லது சில அல்லது
பல தெரு நாய்களை தோழனாகவோ
தோழியாகவோ வைத்துக்கொள்வேன்.
தனிமையை விரட்டி அடிக்கும் வல்லமை
படைத்த அந்த ஜந்துக்களும் என்னை பெரிதும்
துரத்தாமல் என் நட்பை ஏற்றுக்கொண்டது.
தெருவில் திரியும் நாய்களை தோழமை
படுத்துவதில் மற்றொன்றும் இருக்கிறது.
அவைகளுக்கு பிற மனித உறவுகளும்
இருந்துவிடுவதினால் ஏதோ ஒரு வகையில்
அவை நம்மை அந்த மனிதர்களிடமும் கொண்டு

சேர்த்து ஒரு புதிய உறவையும் உருவாக்கிக் கொடுக்கும். அது போன்ற உறவுகள் என்னிடம் இன்னும் பலர் இருக்கின்றனர். அப்படி அவர்களை கண்டுகொள்ளும்போது அந்த நாயின் வரலாறும் அதற்கு இருக்கும் வேறு பெயர்களும் நமக்கு தெரிய வரும். ஒரு முறை சிறுவயதில் வேறு ஒரு தோழனான "டோனி" யை தேடித் திரிந்த பொழுது அது வேறு வீட்டில் இருந்து என்னை பார்த்து ஓடி வந்தது. பின் எங்கிருந்தோ "ஸ்கூபி" என்ற குரலோசை கேட்டவுடன், மீண்டும் சில அந்நியர்களை நோக்கி ஓடியது. அங்கு ஒரு அக்கா போன்ற தோற்றத்தை உடைய ஒரு பெண்மணி தன் தாய் தந்தையுடன் கையில் பால் ஏந்தி நின்று கொண்டிருதார். பின் என்னையும் அழைத்து "உனக்கு எப்படி பா இவன் பழக்கம்?" என்று ஆரம்பிக்க. டோனிக்கு பாலும் எனக்கு குளிர்பானமும் அளித்தனர். அப்போது அதற்கு "ஸ்கூபி" என்ற பெயர் இருப்பது தெரிந்தது. பின்னர் நாங்கள் இருவரும் டோனியுடன் நடைபயணம் மேற்கொண்ட போது அது வேறு ஒருவரை பார்த்து ஓடியது. அப்போது அதற்கு "செவுலு" என்ற பெயர் இருப்பது தெரிந்தது.

"அது என்ன செவுலுனு கூப்புட்றீங்க" என்று கேட்டதற்கு

"ராத்திரி ஆனா செவுலு கிளிய கத்தும் பா அதான்" என்றார். சரி இரவு நேரத்தை இவர் வீட்டின் அருகே தான் கழிக்கிறது என்று ஒரு புரம் புரிந்தாலும். அந்த பெயரின் விளக்கத்தில் இன்றும் எனக்கு பெரும் அதிருப்தியே. பின் அது திடீரென்று ஒரு நாள் காணாமல் போனதும். நாங்கள் அனைவரும் ஒன்றாக வருந்தினோம். அது இறந்துவிட்டது என்றும் முடிவு செய்து. ஒருவரை ஒருவர் ஆறுதல் படுத்திக்கொண்டோம்.

இன்னொரு குட்டி நாய்க்கு "டாமி" என்ற பெயர் இட்டேன் அதுவும் எனக்கு ஒரு தனிமையில் இருக்கும் வயதான முதியவரின் நட்பை ஏற்படுத்திக் கொடுத்தது பின் வெகு சீக்கிரமாகவே அது மூளைக்காய்ச்சலினால் இறந்தது. நாங்கள் மருத்துவரிடம் அழைத்துச் சென்றும் ஒரு பிரயோஜனமும் இன்றி இறந்தது. பின் அவர் இல்லத்திலேயே பின் தோட்டத்தில் குழி வெட்டி அதை புதைத்தோம். எப்போது வேண்டுமானாலும் வந்து பார்த்துக்க என்றார். இறப்பின் வலியை பல முறை கண்டும், அன்று அவரின் குரல் தளதளத்தே போயிருந்தது. இன்னொரு நாய் ஒரு பாட்டியை துரத்தி அந்த நட்பை ஏற்படுத்திக்கொடுத்தது.

வயதானவர்களின் நட்புக்கள் என்றும் ஒரு
இதத்தை அளிக்கும். பெருங்கூச்சலும்
பெருக்கெடுத்து ஓடும் குருதி நதியும்
இடர்பாடுகளில் மோதும் இரும்புச் சப்தங்களும்
கூடிய போர்களத்திலிருந்து திடீரென பேரமைதி
வாய்த்து, யாருமற்று, போர்களை கடந்த
பக்குவத்துடன் இருக்கும் அந்த உறவுகள்
சுமக்கும் நிசப்தமே அதன் இதத்திற்கு காரணம்.

ஒரு குறிப்பிட்ட வயது வரை ஒரு வகை
புரிதலோடு சென்ற அந்த மனித மிருக உறவு.
ஜிம்மியிடம் மாறியது. வாழ்க்கை மாற, பார்வை
மாற, புரிதல் மாற, சுற்றமும் மாற, சுயமும்
மாறியது. அந்த வீட்டிற்குச் சென்ற போது நான்
ஏழாம் வகுப்பு படித்துக்கொண்டிருந்தேன்.
அப்போது வரை நான் இருந்த எந்த வீட்டிலும்
நாய்கள் குட்டிகள் இட்டதில்லை. ஆனால் நான்
ஆசைப்பட்டேன். ஒவ்வொரு முறையும் நானே
சென்று குட்டிகள் இருக்கும் இடத்தைத் தேடி
கண்டுபிடிக்க முற்படுவதற்கு அதுவே என்
வீட்டை தேர்வு செய்து பாதுகாப்புச் சான்றிதழ்
அளித்து குட்டிகளை இட்டிருந்தால் நன்றாக
இருந்திருக்கும் என்று யோசித்திருக்கிறேன்.
போகட்டும்.

இந்த குடியிருப்பில் என் ஆசை
நிறைவேறியிருந்தது. நான் முதன் முதலில்
நுழைந்த பொழுதே அது பின் பக்கத்தில்
மோட்டார் ரூமில் நான்கு வண்ண வண்ண
குட்டிகளை ஈன்றிருந்தது. இன்னும் கண்கள்
திறக்கவில்லை. நான் அருகே சென்றதும்
லேசாக உறுமியது. பின் சில விநாடிகளில்
சாந்தியுற்று என்னைத் தொட அனுமதித்தது.
பின் நான் சென்று விட்டேன்.

நான்கு குட்டிகளோடு மோட்டார் ரூமில்
இருக்கும் கரடுமுரடான கற்கள் கிடக்கும்
தரையில் குட்டிகளோடு சோர்வுடன் கிடக்க.
முழு பழுப்பு நிறத்தில் ஆஜான பாகுவாக
முரட்டுத்தனமான முகத்துடன் எலும்புகள்
கொஞ்சுமும் தெரியாத கட்டு மஸ்தான,
நரம்புகள் புடைத்த உடல் வாகுடன் "ப்ரௌனி"
வந்து குட்டிகளையும் ஜிம்மியையும் பார்த்து
மோப்பமிட்டும் குட்டிகளை நக்கிவிட்டும்
சென்றது. அது செல்லும் வரையில் தலையை
மட்டும் உயர தூக்கி வைத்து விட்டு அது
சென்றவுடன் தலையை தரையில் இறக்கியது
ஜிம்மி.

பின் கருப்பு வெள்ளை கலந்து காட்சியளிக்கும்
ஒரு குட்டை ஆண் நாய் வந்து அதே போல்

பார்வையிட்டு மோட்டார் ரூமின் வாசலிலேயே படுத்தது. அதை பார்த்து ஜிம்மி லேசான உறுமல்களை எழுப்ப, படுத்த அடுத்த விநாடியே இடத்தை காலி செய்தது. பசி ஜிம்மியை வாட்டியது. சோர்வு, பசி, கோவம் அனைத்தும் ஒன்று கூடி இருந்தது. சற்று எழுந்து அமர்ந்து நாக்கை வெளியே விட்டு சுவாசித்துவிட்டு சட்டென பால் குடித்துக் கொண்டிருக்கும் குட்டிகளை உதறி விட்டு வெளியே நடந்து உடலை லேசாக உதறியது. தூரத்தில் தெரியும் கேட்டை பார்த்து நடையும் இல்லாமல் ஓட்டமும் இல்லாமல் பொதுவான வேகத்தில் சென்றது. வழியில் காய்ந்த சாதங்கள் சிதறி கிடந்தன. மேலே காகம் கரைந்துக் கொண்டிருந்தது. பூட்டப்படாத கேட்டை தனது வலது காலால் லாவகமாக இழுத்து திறந்து வெளியே சென்றது. ஒன்றும் புரியாத மக்களின் இரைச்சல் சத்தங்களை காதில் வாங்கிக்கொண்டே தோராயமாக கேட்டிலிருந்து வலது பக்கம் திரும்பி மெல்ல ஓடத் துவங்கியது. ஒரு மின் விளக்கின் கீழ் உள்ள பாரங்கல்லில் எதையோ வைத்திருந்தனர். வழக்கமாக அத்தெருவில் மிஞ்சிய உணவுகளை அதன் மேல் கொட்டுவது வழக்கம். இம்முறை அளவும் அதிகம் இருந்ததினால் சற்று ஆர்வத்தோடு இன்னும் வேகமாக அருகே சென்று மோப்பம் பிடிக்க கார

நெடி அதன் மூக்கை தூக்கி அடித்தது.
கொழுக்கட்டை போன்று அது கண்ணிற்கு
பழுப்பும் சாம்பலும் கலந்த நிறத்தில் தெரிந்தது.
நம் உலகத்தில் அதை செஸ்வான் மோமோ
என்று அழைக்கும் வழக்கம். நல்ல சிவப்பு அதே
நேரம் அது கெட்டும் போயிருந்தது.

அத்தெருமுனையில் வேறு வெள்ளை நிற தெரு
நாய் அத்துமீறி சிறிது தூரம் உள்ளே வருவதை
பார்த்து, ஜிம்மி குலைத்து ஊலையிட அந்நாய்
வந்த வேகத்திலேயே மீண்டும் அதன்
அதிகாரத்திற்கு உட்பட்ட தெருவுக்குள்
சென்றது. அது உண்மையில் சென்றதா என்று
பார்க்க அந்த முனை வரை ஓடியது. அந்நாய்
அங்கு தென்படவில்லை. அருகே இருக்கும்
உயரமான குப்பைத் தொட்டியைப் பார்த்து.
சட்டென குதித்து ஏறியது. பிஸ்கட்
பாக்கெட்டில் ஒட்டி இருக்கும் துகள்கள்
சிலவற்றை நக்கிவிட்டு. முன் கால்களாலும்
வாயாலும் குப்பையை மேலும் நோண்டி
நோட்டமிட்டது. அந்த நேரம் பார்த்து அருகே
இருந்த வீட்டில் மர வேலைகள் நடந்ததினால்
உள்ளே பழைய கட்டைகளும், மர தூசிகளும்
அதிகம் இருந்தன. இரண்டு தும்மல் வந்ததும்
தும்மி விட்டு, வெளியே குதித்து நடந்தது. ஒரு
வீட்டின் வாயிலில் சற்று நேரம் அமர்ந்து நாக்கை

வெளியில் நீட்டி சுவாசிக்கத் துவங்கியது. எந்த தத்துவ சிந்தனையும் அதனுள் ஓடவில்லை. பசி ஒன்று மட்டும் அதன் கண்களை திறந்து வைத்திருந்தது.

மீண்டும் எழுந்து குட்டிகள் இருக்கும் இடத்தை நோக்கி ஓடியது. கேட்டின் வெளியே நின்று உள்ளே பார்த்தது. அங்கு நான் மோட்டார் ரூம் பக்கம் ஏதோ துலாவிக்கொண்டிருக்கையில், என்ன செய்கிறேன் என்று புரியாமல் வேகமாக அங்கு வந்தடைந்து பார்த்தது. அதன் குட்டியில் ஒன்றை கையில் எடுத்து தூசித் தட்டிக்கொண்டிருந்தேன். அது பார்த்து முனங்கல் சத்தம் இட அக்குட்டிகளை கீழே வைத்துவிட்டு. அதை அழைத்தேன். அது என்னை சிறிதும் கண்டு கொள்ளாமல், உள்ளே சென்று குட்டிகளை மோப்பமிட்டு நக்கி, அங்கு அமர்ந்தது.

நான் வீட்டிற்கு சென்று ஏதேனும் சில்லரை இருக்கிறதா என்று தேடி. அதை எடுத்துக்கொண்டு அதற்கு மலிவு விலை பிஸ்கட்டுகளை வாங்கி வந்து போட்டேன். அது பசியாறியது.

பின் அங்கு இருக்கும் உண்மையான
பிரச்சினைகள் எனக்கு தெரிய வந்தது.

அந்த குட்டிகள் அங்கு இருந்து இரவில் சத்தம்
எழுப்புவதையோ அல்லது அது இங்கேயே
வளர்ந்து, குடியிருப்பை; நாய்களின் கூடாரமாக
மாற்றுவதையோ, அக்குடியிருப்பில் வசிக்கும்
பலர் விரும்பவில்லை. இன்னும் நாட்கள் செல்ல,
குட்டிகள் கண் திறந்த போதிலும் அங்கேயே மல
முத்திரங்களை கழிப்பதினால் நாற்றமும்
எடுக்கத்துவங்கியது. பெரிய நாய்களும்
குடியிருப்பின் மாடியில் சென்று மல
முத்திரத்தை களிப்பதினால் அதுவும் யாரையும்
மேலே நடமாட விடாமல் செய்தது.

இவ்வளவு நாய்கள் அங்கு இருப்பதற்கு காரணம்
ஒரே ஒரு ஆள். ஒரு பெண். மாநிறத்தில் சில
நாள் தலை வாரியும் சில நாள் வாராமலும். ஓர்
எண்ணை தோய்த்த முகத்தோடு என்றும்
நாய்களுக்கு அரசியாய் தன்னை பாவித்து.
தெருவில் போகும் நாய்களை உள்ளே அழைத்து
அதற்கு வகை வகையான உணவுகளை ஊட்டி
அங்கேயே தங்க வைத்து விட்டாள். அந்த
நாய்கள் போய் வருவோரையும் பார்த்து
குலைத்து அப்பெண்மணியை பாதுகாத்து
வந்தது.

காலை நேரங்களில் பள்ளி மற்றும்
அலுவலகத்திற்கு தயாராகும் எவராலும்
வெளியில் அமர்ந்து தலை முடி பின்னவோ
அல்லது ஷூ மாட்டவோ, பேப்பர் படிக்கவோ
இயலவில்லை, மாலையிலும் படிக்கவோ காத்து
வாங்கவோ அமர முடிந்ததில்லை. காரணம்
'உன்னிகள்'. அந்த குடியிருப்பில் இருக்கும்
ஏதுவான இடங்கள் அனைத்திலும் அந்த
நாய்கள் அமர்ந்து பிரண்டு வருவதால். எங்கு
அமர்ந்தாலும் ஏதோ ஒரு உன்னியை
எதிர்கொள்ள வேண்டிய நிலை. அது
மட்டுமில்லாது துர்நாற்றம், நாய் மயிர்கள்.
இவையனைத்தும் அனைவரையும் நாய்களை
வெறுக்க வைத்தது. அப்பெண்ணைத் தவிற.
நான் முதலில் இதை வெறுப்பிற்கு எடுத்துச்
செல்லவில்லை என்றாலும். என்னையும் இவை
துன்புறுத்த ஆரம்பிக்கையில், மெல்ல
வெறுப்பை வளர்த்தேன். இதற்கு பரிந்து பேசி
பல இடத்தில் அடி, உதை. என் வீட்டில் உட்பட.

பின் என்னுடைய ஒரு புதிய செருப்பையும்
கவ்விக் கொண்டு எங்கோ போட்டுவிட்டது.
மேலே நடக்கும்போது குறைந்தது நாற்பது
தடவையாவது அதன் மலத்தை மிதித்திருப்பேன்.
மாடித் தரை. முழுவதும் புதிய மலம், பழைய

மலம், காய்ந்த மலம், யாரோ மிதித்த மலம்,
நாயே மிதித்த மலம், யாரும் மிதிக்காத மலம்,
மூத்திரம், உலர்ந்த மூத்திரத்திட்டுக்கள், உன்னி,
நாய் மயிர். மாடியில் மட்டுமின்றி கனவிலும்
மலம். சரி, போதும் என்று அதுவரை நட்பாக
இருந்த நாய்களிடம் நட்பு பாராட்டாமல்
இருந்தேன். முதலில் மனதிற்கு வருத்தமாக
இருந்தாலும். என் செருப்பு மற்றும் மாடி
அனுபவங்களின் நினைவுகள் அவ்வப்போது
என்னை தேற்றியது. பின் அது என்னை பார்த்து
வாலாட்டிக் கொண்டு வருவதை நிறுத்தியது.
அது வீட்டின் அருகில் இருக்கையில் அதை "சூ"
என்று மட்டும் விரட்டி வந்தேன்.

நாய்களை வெளியே மட்டும் பார்த்து
உணவளித்து பாசம் பகிர்ந்து வந்த எனக்கு
என்னையே பார்க்க புதிதாக இருந்தது. வீட்டில்
நாய் வளர்க்க எத்தனையோ முறை அனுமதி
கேட்டு மறுக்கப்பட்டது. அப்போது தான்
புரிந்தது. அன்பு என்பது நல்லவைகளை மட்டும்
பகிர்ந்து விட்டு மற்ற சிறு சிறு இடஞ்சல்களுக்கு
சலித்து கொள்வது அல்ல, இடஞ்சல்களையும்
அன்பின் கரம் கொண்டு கையாண்டால் மட்டுமே
அது பாரமாக நமக்கு தெரியாதென்று. பின்
நாய்களிடம் எனக்கு இருப்பது அன்பு இல்லை,
அவ்வாறு இருந்திருந்தால் அது செய்யும்

அசுத்தங்களை நானே சுத்தம் செய்திருக்கலாம்
அல்லது அதை பெரிதாகவாது
எடுத்துக்கொள்ளாமல் இருந்திருக்கலாம்
ஆனால் என்னால் அப்படி முடியவில்லை அதே
சமயம் கீழே அந்த நாய்களுக்கு ஊட்டிவிட்டு
வளர்க்கும் அப்பெண்ணும் மேலேயோ கீழேயோ
உள்ள அதன் அசுத்தங்களை சுத்தப்படுத்த
முன்வரவில்லை. இதில் என்ன அன்பு
இருக்கிறது என்று எனக்கு அப்பெண்ணின்
மீதான அபிமானம் தரையினும் கீழ் சென்றது.
நானே அவளிடம் சென்று.

"இவளோ பேண்டு வெக்குது, சுத்தம் கூட
பண்ண மாட்டீங்களா" என்று கேட்க, அவள்
என்னை தலை முதல் கால் வரை பார்த்தாள்,
"யார்ரா இவன் பச்சைமிளகா அளவுல
இருந்துட்டு நம்மள கேள்வி கேக்குறான்"
என்பது போல் அந்த பார்வை இருந்தது.

"உன் வேலைய மட்டும் நீ பார்" என்று கூறினாள்.

"என் வேலை தாங்க மேல எவளோ மோசமா
இருக்குனு பாத்தீங்களா" என்றேன்.

அவள் "டேய்...சீ...போ" என்று கூறிவிட்டு
உள்ளே நடந்தாள். யாரும் அவளை இதுபோன்று
கேட்டதில்லை. அவள் தாய் தந்தையும் கூட

அளவோடு தான் பேச்சு வைத்திருக்கிறார்கள் ஆனால் நான் அன்று என்னவோ சுமூகமாக செல்லும் என்று ஆரம்பித்த உரையாடல் மோசத்தில் முடிந்தது. கோபம் மூண்டது. அன்றிலிருந்து நாய்களை குச்சியால் தட்டியும் அதன் அருகில் நீர் ஊற்றியும் விரட்டினேன். மனது வலித்தாலும் எனக்கு வேறு வழி தெரியவில்லை. அவளுக்கும் எனக்கும் ஒரு குளிர் போர்த் துவங்கியது இத்தனைக்கும் வயதில் அவள் என்னோடு பன்னிரெண்டு வயதேனும் பெரியவளாக இருப்பாள்.

என் நண்பன் ஒருமுறை வந்து மாடியில் இவை அனைத்தையும் பார்த்து அக்கதைகளை கேட்கவும் கீழே ஜிம்மி அமர்ந்து சாலையை பார்த்துக்கொண்டிருக்கவும் அருகில் செங்கல் இருக்கவும் அனைத்தும் அமைந்தது. அவன் ஒரு கோபத்தில் அச்செங்கலை எடுத்து அதன் மேல் வீசியெறிந்தான். அது மெல்ல காற்றைக் கிழித்துக் கொண்டு ஜிம்மியின் வலது காதில் அடித்து தரையில் விழுந்திட ஜிம்மி வலியில் அலறிக்கொண்டே ஓடியது.

"அட ஏன் டா இப்படி பண்ற பைத்தியம்" என்று அது செல்லும் வழியைப் பார்த்தேன். அவள் கீழே

இருந்து மேலே எங்களை பார்த்தாள். நாங்கள் அவள் பார்வையிலிருந்து சற்று விலகினோம்.

"பக்கத்துல தான் டா குறி வெச்சேன்" என்றான்.

பள்ளிக்குச் செல்லும் போது கீழே பார்த்தேன். அதற்கு ஒரு காதில் சராய்ப்புகளும், வலது காது தொங்கியும் போய் இருந்தது. என்னை பார்த்தவுடன் தள்ளாமல் தள்ளி ஓடியது. என் மனம் மீண்டும் இலகியது. எதற்கு அவள் பேசியதற்கு இதை தண்டிக்க வேண்டும் என்று. மலம் மீண்டும் நினைவில் வந்தது. அது தள்ளாமல் ஓடியதும் மலமும் மாறி மாறி வந்தது. சரி இதற்கு மேல் நாம் அமைதியாக செல்வோம் அதை எதுவும் செய்ய வேண்டாம் என்ற முடிவிற்கு வந்தேன். அவள் தன் வீட்டிலிருந்து வெளியே வந்தாள்.

"நீ தானே இதை செஞ்ச" என்று கேட்க.

"குறி தவறி விழுந்திருச்சு" என்றேன்.

"யார் மேலையாவது பட்டுருந்தா என்ன ஆயிருக்கும்...இதையே நான் ப்ளூ க்ராஸ்ல சொன்னேன் நா உன்னையும் உன் ப்ரெண்டையும் தூக்கி ஜெயில்ல போட்டுருவாங்க பாத்துக்கோ" என்றாள்

"மன்னிச்சிருங்க தெரியாம நடந்துருச்சு" என்றேன். அவளுக்கு என்ன தோன்றியதோ வாயில் எதையோ முனுமுனுத்து விட்டு மீண்டும் உள்ளே நடந்துச்சென்றாள். நான் பள்ளிக்கு சென்று விட்டேன்.

அதன் குட்டிகள் கொஞ்சும் வளர்ந்திருந்தது. இரண்டு குட்டிகளில் ஒன்று வாகனத்தில் விழுந்து பலியானது மற்றொன்று காவாய் அடித்துச் சென்று மூச்சுத் திணறி பலியானது. பாக்கி இரண்டு மட்டும் இருக்கிறது. நான் பள்ளியிலிருந்து வந்தப்போது அக்குட்டிகளோ ஜிம்மியோ அல்லது அந்த கருப்பு வெள்ளை நாயையோ காணவில்லை. ப்ரௌனி மட்டும் இருந்தது. அருகில் இருக்கும் வீட்டில் விசாரித்தபோது நாய் வண்டி அனைத்தையும் பிடித்துச் சென்று விட்டதாக கூறினார்கள். 'ப்ரௌனி' மட்டும் எங்கோ பதுங்கி தப்பித்திருக்கிறது. சரி இந்த நாய் வண்டி சம்பவம் நம்மால் தான் நடந்ததா அல்லது எதேச்சையாக நடந்ததா என்று குழப்பத்தில் காலத்தை கடத்தினேன்.

சில நாள் கழித்து, ஒரு நல்ல மாலை வேளையில் நான் வீட்டை விட்டு வெளியே வரும்போது

குடியிருப்பினுள் ஜிம்மி கம்பீரமாக அமர்ந்து நாக்கை வெளியே விட்டு சுவாசித்துக் கொண்டிருந்தது. அதன் குட்டிகளை காணவில்லை. நான் அருகே சென்ற போது அது எந்திரிக்கவில்லை அதன் காதுக்கும் வைத்தியம் பார்க்கப்பட்டிருந்தது அதன் பின் வயிற்றின் மேல் செவ்வக வடிவில் முடி எதுவும் இல்லாமல் ஒரு தடயம். நான் பார்த்துக் கொண்டிருந்ததை பார்த்த பக்கத்து வீட்டுக்காரர்.

"ஜிம்மிக்கு குடும்ப கட்டுப்பாடு பண்ணிருக்குப் பா...இனி குட்டி போடாது" என்றார்.

"நல்லது தான்" என்று கூறி சிரித்து விட்டு கடந்தேன்.

தன் குட்டிகளை இழந்த ஜிம்மியின் முகத்தில் சோகக் கலை பெரிதாக இல்லை. ஏன் என்று எனக்கு சரியாக புரியவில்லை. ஒரு வேளை பல முறை தன் குழந்தைகளை இழந்து இழந்து பழகிற்றோ என்னவோ. இனி அதனிடம் நன்றாக நடந்துக் கொள்வோம் என்று முடிவு செய்தேன்.

அதற்கு மூன்று ரூபாய் பிஸ்கெட்டுகளை வாங்கி தினமும் போட்டேன். பழகியது, வால் ஆட்டத் துவங்கியது. கருப்பு வெள்ளை நாய் படுத்திருக்கையில் வலிப்பு ஏற்பட ஆரம்பித்தது.

நாட்கள் செல்ல செல்ல அது எங்கோ காணாமல் போனது. மாடியில் உள்ள மல எண்ணிக்கை சற்று குறைந்தது.

மீண்டும் ஜிம்மிக்கு பைத்தியம் பிடித்து வண்டி சீட்டுகளை வாயால் குதறிவிட்டது. குடியிருப்பில் அனைவரின் வெறுப்பையும் மற்றொரு முறை சம்பாதித்து அடிபட துவங்கியது. அந்த பெண் மலத்தையும் வாரவில்லை, விளைவுகளுக்கும் பொறுப்பேற்கவில்லை. நானும் "என்னமோ பண்ணட்டும்" என்று அமைதியை கடைப்பிடித்து வந்தேன். அது உட்காரும் இடத்தில் மட்டும் தண்ணீர் ஊற்றி விரட்டியதோடு சரி. வால் ஆட்டுவதை நிறுத்தியது. பெரிய நாய் ப்ரௌனி காணாமல் போனது. அதற்கு அந்த பெண் இவர்கள் தான் கொன்றிருப்பார்கள் என்று செய்தியை பரப்பி வந்தாள்.

அவளுக்கு ஒரு காதலனும் இருக்கிறான் என்று பின்னர் கேள்விப்பட்டேன். சரி காலகாலத்தில் திருமணம் ஆகிச்செல்லட்டும் என்று ஆண்டவனை வேண்டிய போது. சில மாதங்களிலேயே திருமணம் ஆகிச் சென்று விட்டாள். குடியிருப்பில் எவரையும் அத்திருமணத்திற்கு அழைக்கவில்லை. புகுந்த வீட்டிற்குச் சென்ற போதும் அவள் அவ்வப்போது

இங்கு வந்து ஜிம்மிக்கு பொறை போட்டுவிட்டுச் செல்வாள். ஜிம்மி எங்கும் செல்லவில்லை. வயதாக துவங்கியது அதன் ஒரு காது இன்னும் சேதமடைந்து தொங்கிக்கொண்டு தான் இருந்தது.

அதிக மல எண்ணிக்கை குறைந்து தற்போது இருக்கும் மூத்திர திட்டுகளும், மலங்களும் ஜிம்மியுடையதாக மட்டும் இருந்தது. இரவில் மேலேயே தூங்கிவிட்டு காலை கடன்களையும் அங்கு கழித்துவிட்டு. கீழே சென்றால் அப்பெண்ணின் தந்தை அதற்கு பாலும் பிரட்டும் கொடுப்பார் அதை சாப்பிட்டு விட்டு, வெளியே செல்பவர்களை எல்லாம் நோட்டமிட்டு கொண்டு அப்படியே உறங்கிவிடும். வயதாக ஆக அனைவரும் அதன் மரணத்திற்கு காத்திருந்தனர். இப்போது அது யாரை பார்த்தும் வாலாட்டுவதில்லை. அப்பெண்ணின் தந்தைக்கு மட்டும் லேசாக வாலை உதறும் பின் வந்து படுத்துக்கொள்ளும். எவ்வளவு தூரத்தியும் அது எங்கும் செல்லவில்லை என்பதால் அதன் பொறுமை வென்றது. நாங்கள் அனைவரும் தோற்றுப்போனோம். நாய்களிடம் பெரிதாக இப்போதெல்லாம் பழகுவதில்லை. புதிய உறவுகள் உருவாவது நின்றது. சாதாரண நாய்களை விட ஜிம்மி அதிக ஆயுள் வாழ்ந்தது

போல் இருந்தது அனைவருக்கும். பின் ஒரு நன்னாளில் இருந்து குடியிருப்பில் எந்த நாயும் இல்லை. ஜிம்மி திரும்பி வரும் என்று அப்பெண்ணின் தந்தை காத்திருந்தார் பின் அதன் தட்டை எடுத்து பழைய பேப்பர்களுடன் இடை போட்டு கொடுப்பதை கண்ணால் பார்த்தேன்.

9 798889 415809 9